GAYOPAKHYANAM

RAMANAMATYA PRANEETHAMU

[illegible]

దంశ మెల్లర నంగీకరింపఁజేయఁజాలు ననుట నిర్వివాదాంశము. అట్టివా రొనరించు కార్యములన్నియు జ్ఞానాభివృద్ధిని జేయునవియై యుండును. దుష్టుల వధించుటయుం శిష్టులఁ బాలించుటయు లోకులకు జ్ఞానాభివృద్ధికొఱకే యని యూహింపఁగాఁ దుదకుఁ దేలును. ధర్మము జ్ఞానసాధకమే యని యెల్ల రంగీకరింతురు. నదులన్నియు సాగరమునఁ గలియునట్లు సత్కార్యఫలము లన్నియుం జ్ఞానసాగరమునఁ జేరును. అట్టిజ్ఞానమే భగవంతునికడకుఁ జేర్చును. అనఁగాఁ దత్త్వము నెఱుంగఁజేయును.

విక్రమార్కుఁడు భోజుఁడు లోనగు నా రట్టి యవతారపురుషులలో నంతర్భూతులే యగుదురు. విద్యాభివృద్ధి కొఱకే తపపడియుండుటం జేసి వారా కొఱంతం దీర్ప బద్ధకంకణులై రేయింబవళ్లు పాటుపడి యక్కార్యమును సాధించి యశశ్శరీరమును శాశ్వతముగా భూలోకమున నిలిపి భగవంతుని యం దైక్యమైరి. జ్యోతిశ్శాస్త్రము విక్రమార్కుని కాలమునందును, సంస్కృతకవిత్వము భోజరాజు కాలమునందును వృద్ధినొందెను. వారికిని నే తరువాతివారు కొందఱు మహాత్ములు నిర్వహించిరి సంస్కృతకవిత్వము కోటి కెక్కఁగా నట్టిమహాత్ములు దివంగతులైరి. కాని వారియశఃకాయములు స్థిరములై యలరారుచున్నవి.

శ్రీకృష్ణదేవరాయలు వారిపిదప నట్టికార్యమునందే శ్రద్ధగలిగి తన యపారకార్యములలో నది ప్రధానమని సంభావించి మహాత్ముల సేకరించి యచిరకాలమున నావ్రతమున కుద్యాపనముచేసి స్వర్గమున కరిగె. అంతకుం బూర్వమున్న రాజులెల్లరు యథాశక్తి న్యాయమున నాకార్యమును నిర్వహించినవారే. కాని "పుణ్యైర్యశోలభ్యతే" అన్నట్లు ఆంధ్రభోజుఁడను విఖ్యాతి శ్రీకృష్ణదేవరాయలకే కలిగెనని చెప్పవచ్చును. వారివెనుక నంతటివారు లేరనవచ్చును. కాని "చెఱుపుపట్టుచెలిమ" యన్నట్లు మహాత్ములు భూపాలు రప్పనిని సాగించిరనియు, సాగించుచున్నారనియు, సాగింపఁగలరనియుఁ జెప్ప

ననవలయును. నిరాశపొడమి వారినుత్సాహవంతులఁగాఁ జేయక నిరుత్సాహులనుగా నొనరించెననియుఁ గొందఱందురు. సత్యమే యనవలయునేమో.

ప్రకృతవిషయమునఁ జేర్కొనఁదగినవారు మ-రా-రా-శ్రీ, వావిళ్ల వేంకటేశ్వరశాస్త్రులుగారుగ నున్నారు. వారియందుఁ బ్రాచీనగ్రంథప్రకటన మహాకార్యపటుత్వము ప్రధానము. ఎన్నివందలయేండ్లనుండియో తాళపత్రములతోఁ బేటికాంతర్భూతములై కీటకచ్ఛటాగ్రస్తములై రూపఱనుండు సంస్కృతాంధ్రగ్రంథసముదాయమును బ్రకటింపనెంచి యదియే పరమపురుషార్థముగాఁ భావించి తత్సంపాదనార్థము పండితులం బ్రార్థించి ధనమొసంగియు వారిగ్రంథములఁ బ్రకటించియును మఱియు నెన్నియేమార్గములవారికిఁ దోడ్పడుచు వారిమూలమున సరిచేయించి చక్కఁగ ముద్రించుచు లోకమునకు మహోపకారము గావించువారు వేంకటేశ్వరశాస్త్రులుగారు. ఈవిషయమాంధ్రలోకమునకు మాత్రమే కాక ద్రావిడాదిదేశవాసులకుంగూడఁ గ్రొత్తది గాదు. ఇంతవఱకు నింతటి మహాకార్య మెవ్వరైనఁ జేసినారా యని ప్రశ్నించినచో లేదనియు నెదురుచెప్పను గాని చేసిరని యనరాదు. ఉపనిషత్తులు, స్మృతులు, వైద్యాదిశాస్త్రములు, గురుగ్రంథములుగ నుండఁ జేటగఁ దెలుఁగుటీకలు వ్రాయించి ప్రకటించిరి. ప్రబంధములను వందలకుమించి ప్రకటించిరి. ఎన్నింటినో ప్రకటింపనెంచియున్నారు. ఆశ్రయించినవారికి ధనరూపమున సాయపడుట యుండఁగా వారిగ్రంథములను బ్రకటించి యవి విక్రయింపఁబడకున్నా యని సంశయింపక కార్యము సాగించుచున్నారు. ఏ సద్విషయమున వీరు సన్మార్గులలో నగ్రగణ్యులనుట కేశంకలుండవు. వావిళ్లవారి యీప్రయత్నమే లేనిచో నీగ్రంథములలో శతాంశము కూడ బయలువెడలియుండవు. ఆంధ్రమహాజనులీవిషయమున వావిళ్లవారి కప్పుపడి యున్నారు. చంద్రునకు నూలుపోగన్నసామెత ననుసరించి మహాజనులు కృతజ్ఞతఁ జూపఁదగియున్నారు.

యీ ప్రతి గ్రంథము చదువ శక్యము కాదు. [illegible]
దీని యాశ్వాసాంత్యగద్యమున "ఇది శ్రీమదహోబలేశ్వరకరుణాకటాక్ష వీక్షణప్రవర్ధమానవైభవ తిమ్మనమంత్రితనూభవ రామనామాత్యప్రణీతం బైన శ్రీకృష్ణార్జునసంవాదం బనునామాంతరమ్ముగల గయోపాఖ్యానం బను మహాప్రబంధమ్మునందు" అనియున్నది. మొదట నిష్టదేవతాస్తుతులు ప్రాచీన కవిస్తుతి మొదలగు ప్రాచీనాచారనిర్వహణపద్ధతులు లేవు. కావునఁ గవిని గూర్చి తెలిసికొనఁదరముకాదు. ఏ కాలపువాఁడు? ఏ దేశమువాఁడు? అనియుఁ గనుఁగొను నవకాశము లేదు.

క. శ్రీగంగాధరసన్నుత, సాగరహృదయాబ్జసదనా సారసనయనా
నాగేంద్ర వరద శుభకర, నాగకులాధీశతల్ప నరమృగరూపా.

అను పద్యముతో గ్రంథ మారంభింపఁబడినది. వ్రాఁతప్రతులు మూఁడును ముద్రితమైన దొక్కప్రతియును నాకడఁ జేరినవి. అన్నియు నొక్కరూపము ననే యున్నవి. చాలపద్యములు పాఠాంతరము వేఱొకవృత్తలక్షణము గనుండునవియే. మూఁడు పాదములుగలవియుఁ గలవు. పంచపాదికందములు గలవు. దీనిస్థితి యతివిచిత్రము. "కలిపికొట్టురా కస్తురిరంగా" అన్నట్లు నాలుగుప్రతులను గలిపి యీగ్రంథమును విమర్శించితిని. ఇప్పటి యీ రూపము నలవరించితిని. ఇది నిర్దుష్టమని నమ్మరాదనుట నేను జెప్ప నక్కఱ లేదు. ముందుముం దట్టిది కావచ్చును.

అహోబలేశ్వరభక్తుఁ డీకవి యని మన మెఱుంగవచ్చును. నృసింహ కరుణాపాత్రుఁడ ననక "యహోబలేశ్వరకరుణా...వైభవ" అనియున్నందున నీరామనామాత్యుఁడు కందనూలు (కర్నూలు) మండలమున నాయహోబళక్షేత్రమునకుఁ జెంతనుండువాఁడని యూహింపవచ్చును. కాని యదియే సిద్ధాంతము కాఁజాలదు. కవిజీవితము పూర్వభాగమున శ్రీ వీరేశలింగము పంతులుగారు విశేషించి వ్రాయునవకాశము లేమిఁజేసి

మీఁది కవిత్వము సరసముగా నున్నది." అను ప్రాస రెండుపద్యము లుదాహరించిరి. అందు మొదటిపద్యము రెండవపాదమునఁ దొలియక్షర ద్వయము లేదు. వారికింగూడ నిట్టి ప్రతియే దొరకియుండునని తోఁచెడిని. అమాత్యశబ్దము జేర్చినందున నియోగి బ్రాహ్మణుఁ డని తేలును. ఆఱువేలవారని నిర్ధారణము చేయ వలనుపడదు. రాయలసీమలో నియోగు లనఁబడువారిలో నందవరీకులు ప్రథమశాఖలు, ఆఱువేలవారు, కన్నడీలు, ఊలసకమ్మలు మొదలగువా రందఱు చేరుదురు. ఇంటిపే రుచ్చరింపనందున నిందెవ్వరైనది నిశ్చయింప వలనుపడదు. నూఱుసంవత్సరముల క్రిందట నున్నవాఁడనియుఁ జెప్ప నవకాశము చాలదు. పూర్వకవిస్తుతిపద్యము లైన నున్న యెడల నించుమించుగా నీశతాబ్దియం దుండవచ్చునని యూహింపవచ్చును.

గయోపాఖ్యానము కల్పితకథగలది. ఇట్టి వనేకప్రబంధములుంగలవు. ఈకల్పనయం దెన్ని లోపములున్నను శ్రీకృష్ణమూర్తి భక్తపరతంత్రుఁ డనియు, నర్జునుఁడు పలికినమాటను జరపువాఁడనియుఁ దేలును. నారదుఁడు లేనికలహములే లేవుకదా. శౌనకాదిమహామునీంద్రులకు సూతుఁడు చెప్పటయు నట్టిదే. ఆసూతునకు స్వోక్తివ్యాఘాతాదిదోషములండవనియు మన మొప్పుకొనవలసినదే. దుర్యోధనాదులు పాండవులపక్షమునఁ జేరినట్లు కల్పించుట లోకమున నెల్లరు స్వార్థపరులే యను నీతినిబోధించును. ఈయుద్ధమునందు బలరాముఁడును శ్రీకృష్ణుఁడును వారిసేనలు పరాజయముచెందిరనియే కనఁబడును. ఇది యొకలోపమనవచ్చును. అర్జునునికడనున్నగయుని భగవంతుఁడు దివ్యదృష్టిం గనుఁగొనియెనని చెప్పటంజేసి శ్రీకృష్ణునకు మర్యాద దక్కెననియే మనమూహింపవచ్చును. ఏదియెట్లున్నను పామరులకు నీగ్రంథము వినోదమును గల్గింపకమానదని మన మంగీకరింపవలయును. సంస్కరించి పద్ధతులను కూర్చి వ్రాయక యొక్క యుదాహరణము చూపుచున్నాను.
"బజభిష్మనిచ్ఛాయ గరగువాహానవాని, పూర్ణచంద్రునిబోలు ముఖమువాని"
అను సీసపాదము వ్రాఁతయందును, ముద్రణమునందుఁ గలదు. దానిని

అను సీసపాదము

"విబుధేశుఁ డితఁడైన" అని మార్పఁబడినది

వీనినిమించినవి వేనవేలుగలవు. విశేషించి పెంచి వ్రాయనేల యని విరమించితిని. తాటియాకుల ప్రతి యెందైన దొరకునేమో యని యూహించుచున్నాను. దొరకిన దానియందలి యొప్పులను జేర్చి ముద్రింపవలయునని వాంఛించుచున్నాఁడను. ఇంతమాత్రమైన నియ్యది చక్కఁబడునా యనునూహ వేఁ దోఁచినట్లు సంస్కరించితిని. వ్రాఁతప్రతులున్నచో మహాశయులు నాకుఁ బంపించిన శిరసావహించి మరల ముద్రించి వారివి వారికేఁ బంపుచు నచ్చుపడినది కూడఁ బంపెదను. ఈవ్రాఁతప్రతులుగూడ శ్రీ వేంకటేశ్వరశాస్త్రులుగారు సేకరించి నాకడకుఁ జేర్చినవే

రామనామాత్యుని కవిత్వము చక్కనిదే. వ్రాయసగాండ్ర యనుగ్రహాతిశయమునకుఁ బాత్రము కాఁగా నిట్టిరీతిగాఁ దేలినవి. పుస్తకమే యున్నందున నింకలిపద్యము లుదాహరింపక వదలితిని. ఇందు నాచేసిన ఘనకార్యమేదియుం లేదు ఇట్టిగ్రంథములను బాగుచేయఁబూసిన శ్రీ వేంకటేశ్వరశాస్త్రులుగారి తలంపే సత్యము. ఎన్నియో గ్రంథములకు వ్యాఖ్యలు వ్రాయించి ముద్రించి భాషోద్ధారకులైరి. ఇట్టిమహోపకారపరాయణులగు శ్రీ వావిళ్ల రామస్వామిశాస్త్రులుగారి పుత్రరత్నములగు శ్రీ వేంకటేశ్వరశాస్త్రులుగారికి శ్రీపరమేశ్వరుఁడు దీర్ఘాయురారోగ్యములు ప్రసాదించుఁగాక. ఆంధ్రగ్రంథముల నింకను వెలయించి యింకను యశంబుగాంతురుగాక!

ఇట్లు విన్నవించు విద్వద్విధేయుఁడు,

జనమంచి శేషాద్రిశర్మ

శ్రీ. శ్రీ. శ్రీ

ప్రథమాశ్వాసము

శ్రీగంగాధరసన్నుత
సాగరహృదయాబ్జసదన సారసనయనా
నాగేంద్రవరద శుభకర
నాగకులాధీశతల్ప నరమృగరూపా! 1

వ. అవధరింపుము శౌనకాదిమహామునీంద్రులకు సూతుం డి
ట్లనియె. 2

క. సరసీజాప్తోదయమున
సురరిపుమదహారుఁడు లేచి సొంపలరంగాఁ
దరుణీమణి రుక్మిణితో
స్మరకేళీగృహము వెడలి మలయుచు నిలువన్. 3

క. పచ్చనిగిండియ యుదకం
బచ్చేడియ వేగ తెచ్చి యతిమోదముతోఁ
బచ్చవిలుకానిగురుఁ డగు
సచ్చరితునికాళ్లు గడిగె సంరంభమునన్. 4

ధ తపస్త్రప్రసన్నుఁ డై [illegible]
గోటిభాస్కర తేజుఁ డై కొమరు మిగుల. 5

సీ. పూర్ణచంద్రునిఁబోలు ముఖముపై మృగనాభి
తిలకంబుఁ దీర్చెను గలికి యొకతె
కంబుసమానమౌ గళమున భాసురా
భరణంబు లోకసతి [1]సరగ నునిచె
నీలమేఘచ్ఛాయ నిరసించునెమ్మేనఁ
జందనం బొకలేమ చక్కనలఁదె
శ్రీకారముల మించు చెలువైన వీనులఁ
గాంత యొక్కతియ చౌకట్లు పెట్టె
తే. శిఖను బువ్వులసరు లొక సకియ చుట్టెఁ
జంద్రకావిరుమా లొకచాన గట్టె
వ్రేళ్ల రత్నోర్మికల నొకవెలఁది చేర్చె
నందనందనునకు మహానందమునను 6

తే. పండుటాకుల కపురంపుబాగములును
జొక్కమౌనట్టి మౌక్తికచూర్ణమమరఁ
గూర్చి మడుపులఁ బూఁబోఁడి గోపభామి
నీమణి యతని కిడియె బల్ నేర్పుతోడ. 7

వ. మఱియును సకలభూషణాలంకృతుండును, గంధకస్తూరి
కాసారనానావిధమణిహారోజ్జ్వలగ్రీవుండును, పీతాంబ

---

1 పదిల పఱిచె ; పరఁగఁ దాల్చె.

[illegible] సింహాసనంబు డగ్గ
భోజకన్యక, సాత్రాజితీమిత్రవిందాదిభామామణులు సకల
భూషణాలంకృతలయి యుభయపార్శ్వముల నడువ నగ
ధరుండు ముక్తాతపత్రంబులనీడ నగరువెడలి విచ్చేసె
నపుడు. 8

సీ. మంత్రులు హితులు సామంతులు పౌరులు
సేనాధినాథులు చేరి కొలువ
నాప్తులు సఖులు న ట్లవనీసురేజ్యులు
విశ్వంభరాధిపుల్ వెంట నడువ
నీతిశాస్త్రజ్ఞులు నిగమాంతవేదులు
పౌరాణికశ్రేణి ప్రబలి రాఁగ
ఘనులు పురోహితుల్ గాయకుల్ నర్తకుల్
వారాంగనామణుల్ [1]వరుసఁగొలువ

తే. గంధసింధురసైంధవగణములలర
రమ్యమైనట్టి కాంచనరథముమీఁద
నీటుమీఱంగ యాదవుల్ నెమ్మిఁ గొలువఁ
జక్రి సకియలతో నెక్కె సౌరు గులుక. 9

క. రోగోద్ధారక దానవ
నాగమృగాధిప మురారి నారదవినుతా
భోగీంద్రతల్పశయనా
సాగరప్రియ యనుచు మధురసన్నుతి చెలఁగెన్. 10

---

1 బలసిగొలువ.

[illegible]
[1]వరుస ద్వారక వెడలెను వనముఁ జూడ. 11

సీ. పాంచాల గాంధార బర్బరేంద్రులు వీరె
లలితసువర్ణకుండల పరాకు
మాలవ నేపాల మత్స్యాధిపులు వీరె
యబ్ధిసుతామనోహర పరాకు
కొంకణ ఔంకణ కోసలేంద్రులు వీరె
చంద్రభాస్కరవిలోచన పరాకు
కాశ్మీర కాంభోజ గౌళేశ్వరులు వీరె
[2]సురరాజగర్వాపహార పరాకు

తే. యవనసౌరాష్ట్రఘూర్జరాఖ్యాంగవంగ
కేకయావంతికోసలకేరళాది
దేశభూపాలకులు వీరె దేవ యనుచు
వేత్రహస్తులు వేర్వేఱ విన్నవింప. 12

క. రైవతకాగముచెంతఁ
దేవేంద్రునివనముకంటె దివ్యతరంబౌ
[3]పావనబలితోద్యానము
భావజజనకుండు చొచ్చెఁ బరమప్రీతిన్. 13

---

1 ద్వారవతి వీడి వెడలెను వనముఁ జూడ. 2 సురనాయకమదాపహరపరాకు. 3 పావనమై జెలువారెడి, యావనిహారి చొచ్చె వేడ్క లల రారంగన్.

పుష్పఫలాశ, మాలూర, వట, బదర, నారంగ, భల్లాతక,
హరిప్రియ, శాల్మలీ, కేసరాశోక, చాంపేయ, దాడి
మామలకతమాల, బంధుజీవక, కురంటక, కోవిదారార్జున,
క్రముక, నారికేళ, హింతాల, లవంగ, కదళీ, ఖర్జూర,
పనసలును, దూరీకృతపథికాయాస వియద్గంగాతరంగిణీ
సంజాత కనకాంబుజాతాంతరచరద్రాజహంసగరుదుచ్చలిత
సమీరశాబకంబును ; నానావిధవిహంగమసంకలితకల
రవంబులును ; నవవద్యమాధవావిర్భూతసకలకుసుమవిక
సితసౌరభ్యనిర్దేశితసకలతరుసముదయంబును ; నిరంతర
మందారమంజరీమకరందపానమత్తచంచరీకఝుంకారంబులు
నత్యంతకోమలకిసలయఖాదనపీవరపికనినదంబులును; జారు
పరిపక్వఫలరసభరితశుకరవంబులును; గమలోత్పల, రాజ
హంస, బక, జలచర, చరణాయుధషండమండితకమలా
కరంబులును;జంపకజాతీకుందమల్లికాకుసుమకుంజపుంజంబు
లును; నేలాప్రవాళగుంజాలతావితానంబులుంగల్గి యొప్పు
చున్న యుద్యానవనంబందు విహరించి యొక్కచో నిర్మలం
బైన చంద్రకాంతోపలోజ్జ్వలవేదికాప్రదేశంబున సుఖా
సీనుండై తరుణీసహస్రంబులు గొలువనుండె నపుడు. 14

క. ఆసవపానాపేక్షుల
భాసిలు భామాచయంబు బహుమోదముతో

క. కిలకిల నవ్వుచు సోలుచుఁ
దలతలమని పరువులిడుచుఁ దమలోఁ దారుం
దలఁగఁగ నేరక రోయుచు
మలయుచుఁ బోవుదురు మత్తమధుపములగతిన్. 16

ఆ. మత్తు తెలిసి సతులు మాధవపదపద్మ
ములకు మ్రొక్కి కృష్ణ జలజనేత్ర
మధువిరోధి శౌరి మామాటలకు మీర
లెగ్గుఁ బెట్టవలవ దిందిరేశ. 17

వ. అని తదనంతరంబ. 18

సీ. పసిఁడికొప్పెరలందుఁ బన్నీరుఁ దెప్పించి
కుంకుమపూవందుఁ గూర్చి పేర్చి
చిమ్మనగ్రోవులఁ జెలరేఁగి చెలరేఁగి
గంధేభయాన లుత్కంఠ లగుచుఁ
గంసారిపైఁ జల్లఁ గంజదళాక్షుండు
కర్పూరగంధులఁ గదియఁ బట్టి
హేమపాత్రములచే నెలమితో వారింపఁ
బద్మాక్షు లందఱుఁ బద్మనాభుఁ

ఆ జుట్టుకొన్నపుడు సుందరాంగులమీఁద
శౌరి మీఱె; మఱియుఁ జాన లెల్ల
సరభసంబుమీఱఁ జల్లిఁ బోరాడుచు
హరి, సతులు, వసంత మాడిరపుడు. 19

కలువలు కలహంసచయముఁ గలగన కొలనిన్
జలజాక్షుఁడు గని యచ్చట
నిలిచెన్ బ్రియసతులుఁ దాను నిండినవేడ్కన్. 21

సీ. చూచితే రుక్మిణీ! చూతమహీజంబు
నీవంటఁ బూచెను నెమ్మితోడ
వీక్షింపఁ దిలకంబు విఱివిగాఁ బూచెను
పలికినఁ బూచెను పరఁగ గోఁగు
మొగమెత్తఁ గనకంబు ముదముతోఁ బూచెను
దన్ను నశోకంబు దనరఁ బూచెఁ
బాడిన మోరటపాదపం బొఁగి బూచె
ముఖసీధువునఁ బూచెఁ బొగడ పొగడఁ

తే. బొన్న పూచెను దరహాసమునను జూడు
కొమ్మ! గోరంట యాలింగనమ్ముచేతఁ
బూచె; వావిలి నిశ్వాసమునను ననుచు
నతనుజనకుండు ప్రమదంబు ననుకరింప. 22

క. జలకేళీప్రియుఁ డగుచును
జలజభవాద్యమరనుతుఁడు సంతోషమునన్
జలజారిముఖులతోడను
జలజాకరమధ్యసీమ సరగున నిలిచెన్. 23

సీ. గంధేభయాన డాఁ గగమర్థి నిల్వఁగాఁ
బంచాస్యవరమధ్య పట్టె పెనఁగె

జై వాతృకానన సరగున నిడ్వఁగా
స్వర్భానువేణిక బలిమిఁ బట్టి
సారసలోచన సమ్మదంబున నీడ్వఁ
గౌముదీవరహాస కదిసి నిలిచె

తే. లలనలీరీతిఁ బెక్కండ్రు చలముతోడ
సరభసంబులు మిక్కిలి పరిఢవిల్లఁ
గదిసి కమలాకరంబునఁ గౌతుకమున
శౌరితోఁ గూడి జలకేళి సలిపి పిదప. 24

తే. సతులతోఁ గూడి వనమెల్ల సంచరించి
దివ్యరసఫలములతోడఁ దృప్తిఁబొంది
దేవనాయకమణి నిల్చెఁ దేజమెసఁగ
సరసమైనట్టి సహకార తరువునీడ. 25

తే. విమలచంద్రకాంతోజ్జ్వలవేదికలను
జిత్రకంబళములమీఁదఁ జెలువు మిగులు
పట్టుపుట్టముల్ పఱచిన పరుపులపయిఁ
సతులు గొలువంగఁ గూర్చుండెఁ జక్రధరుఁడు. 26

ఆ. నందనందనుండు నారీమణులతోడ
హితులతోడ భృత్యతతులతోడఁ
గలిసియుండ నపుడు కమలాప్తశేఖరుం
డస్తశిఖరిమీఁద నధివసించె. 27

[illegible]

గురుతరనీలంపుఁ గెంపుఁ గూర్చినభంగిన్. 28

క. చొక్కపు నీలపుబరణిని
నక్కజముగ మృగమదంబు నదిమినభంగిన్
దిక్కులు నిండిన పిమ్మటఁ
బిక్కటిలెను నిరులగములు సెంపలరంగన్. 29

ఆ. జారచోరవరులు సంతోషమందిరి
సారసాళిచెలువు సమసిపోయె
జాజిమల్లెపొదలు చాలఁ బూచినరీతి
మింట రిక్కగములు మెండుకొనియె. 30

చ కమల సహోదరుండు, వరకంధికిఁ దాఁ దనయుండు నిం
దిరా, రమణుమఱంది, షోడశకళానిధి, హరి, పయోజ
వైరి, లో, కములకుఁ జిత్తపోషణుఁడు కైరవకోటికిఁ
బ్రీతి రోహిణీ, రమణుఁడు దోఁచెఁ దూర్పున విరాజిత
కాంతిసువర్ణ దేహుఁడై. 31

తే పూర్వదిక్కన్య ముంగురు ల్మదముతోడ
దువ్వి వైచిన దంతపు దువ్వెన యన
షోడశకళాభిరాముఁడై సొగసు మీఱఁ
జంద్రుఁ డుదయించె సంతోషసాంద్రుఁ డగుచు. 32

తే. కప్పురము ముత్తెపుబరణిఁ గ్రుమ్మినటుల
క్షీరవారాశి యుప్పొంగి చెలఁగినట్లు

త. శౌరి సంధ్యాదిసత్క్రియల చక్కఁదిర్చి
దివ్య సరసాన్నములచేతఁ దృప్తిఁ బొంది
పరఁగఁ బూపాన్పుమీఁదను బవ్వళించి
నిండుమనమున నిద్రించె నెమ్మితోడ. 34

క. ఱెక్కలు విదళించుచుఁ గొన
ముక్కునఁ జరణములు దీటి పొలుపుగ దిశలన్
ముక్కువ ముందటఁ జూచియుఁ
గొక్కొరొకో యనుచుఁ గోడిగుంపులు గూసెన్. 35

సీ. సారసశ్రేణికి సత్కాంతి చెన్నొందెఁ
కైరవమ్ములకెల్లఁ గలిగె దిగులు
చక్రవాకంబులు సంతోష మందెను
భయమబ్బెను జకోరపటలికెల్ల
భార్గవతేజంబు పరిహృతం బయ్యెను
బలుచనై చుక్కలు పరఁగె మింట
మీనకేతనుచొక్కు మేనెల్ల నిండెను
బక్షులరవములు ప్రబల మయ్యె

తే. నబ్జమండల మస్తాద్రియందు నిలిచె
దానవారాతి కీర్తనల్ తఱచుగాను
బఠనఁజేసిన భక్తులు పరిఢవమున
దిశలు తెలుపెక్కె బల్లునఁ దెల్లవాఱె. 36

[illegible]
గమలములకెల్లఁ జెలికాఁడు తిమిరవైరి
భానుఁ డుదయించెఁ ద్రైలోక్యబాంధవుండు. 37

వ. అప్పుడు 38

తే. జలజసంభవభూతేశసన్నుతుండు
నఖిలవిఖ్యాతమాయాదవాన్వవాయ
కలశపాథోధిచంద్రుండు లలితయశుఁడు
నీలనీరదగాత్రుండు మేలుకొనియె. 39

క. ఇనుఁ ఉదయింపక మున్నె
దనుజకులాంతకుఁడు లేచి తద్దయు వేడ్కన్
వనజాకరతీరంబున
ఘనసంధ్యాక్రియలు దీర్పఁ గ్రక్కునఁ జనియెన్. 40

క. కుముదేందీవరహల్లక
కమలోత్పలపుండరీకగతహంసరథాం
గముల పటునాదచయముల
నమరెడు జలజాకరంబు హరి కనుఁగొనియెన్. 41

క. కని యాజలదేవతకును
వినయముగాఁ బ్రణుతిఁ జేసి విధ్యుక్తముగాఁ
దనుజారి స్నానమొనరిం
చెను నిర్మలసరసియందుఁ జిత్తంబలరన్ 42

సీ. ధౌతవస్త్రంబులు ధరియించి తిన్నగాఁ
దిలకంబు మోమునఁ దీర్చి దిద్ది

పంద్రెండు పంద్రెండు పరువడి మార్జనల్
శిరమునఁ బదముల వరుసఁ జేసి
భాస్కరమంత్రంబు భక్తితోడ జపించి
యనలాస్త్రమంత్రంబు లమర నుడివి
తే. యంజలిపుటమున నుదక మమర నునిచి
బ్రహ్మాపరదండములు వేగ పరఁగఁ బలికి
యసురమత్తేభనివహపంచాననుండు
మిత్రునకు ముదమున నర్ఘ్య మిచ్చుచుండ. 43

వ. అప్పుడు. 44

క. మణిపురమున కధిపతియగు
మణిమంతునిసుతుఁడు గయుఁడు మాన్యుఁడు తేజో
ఘృణి గంధర్వశిరోమణి
గణుతింపఁగ సద్గుణుండు ఘనబలుఁ డవనిన్. 45

సీ. మితిలేని భక్తితో చతురాస్యుఁ బూజించి
కరమర్థి వరములఁ గాంచినాఁడు
పెక్కువత్సరములు ముక్కంటిపాదంబు
లర్చించి యస్త్రంబు లందినాఁడు
దిక్పాలకులచేతఁ దెరగొప్పఁ గప్పముల్
గైకొనె మిక్కిలి గౌరవమున
గరుడోరగాదులఁ గయ్యంబులో గెల్చి
జయముఁ జేకొనినాఁడు సాహసమున

చారుసౌవర్ణవరరత్నసాంద్రుఁ డగుచు
గయుఁడు మణిపట్టణంబేలు ఘనుఁడు వేడ్క. 46

క. సురమార్గమధ్యమంబునఁ
జరగుచు నిష్ఠీవనంబు సరగునఁ జేయన్
దిరముగ వాయువశంబున
హరికరపుటమందుఁ బడియె నతివేగమునన్. 47

తే. పడిన నిష్ఠీవనంబప్డు పాఱవైచి
దహనువిధమున నుగ్రుఁడై దనుజవైరి
చూచి యెవ్వరు లేకున్కిఁ జోద్యమందు
సమయమున జలదేవత చక్రి కనియె. 48

సీ. ఓ దేవతాధీశ! యో దైత్యసంహార!
భాస్కరశశినేత్ర! పరమపురుష!
యీదుష్టవర్తను నెఱిఁగింతు వినవయ్య
చెన్నొందు నిషధాద్రిశిఖరమునను
మణిపట్టణంబేలు మణిమంతునిసుతుండు
గయుఁ డనుగంధర్వఘనవిభుండు
కమలజువరమునఁ గడుఁ గ్రొవ్వి తృణముగఁ
జూచును శతమఖసురలనెల్లఁ

తే. జారుపుష్పకరథమెక్కి సతులుఁ దాను
సకలవిధములఁ జరియించు సాహసమున

క. అని జలదేవత పలకిన
విని యాగంధర్వవిభుఁడు బెదరునవణఁకన్
ఘనకోపాటోపంబున
ననిమిషమార్గంబుఁ గలఁగ నార్చుచు నంతన్. 50

క. బలభద్రసాత్యకులతోఁ
బలికెను జక్రాయుధుండు పటురోషముతోఁ
బలుచలమునఁ బోనీయక
నెలమిని నే గయునిఁ ద్రుంతు నెమ్మెయినైనన్ 51

ఉ. వారిధిఁ జొచ్చి డాగినను వారిజగర్భుఁడు వచ్చి కాచినన్
ధారణి క్రిందికేగినను దాఁగిన నద్రి గుహాంతరంబులన్
మారవిరోధి గాచినను మానక దిక్పతులెల్ల వచ్చినన్
బోర వధింతు నాగయుని పో విడిపుచ్చిన నన్ను నవ్వరే?

ఉ. ధీరత నా ప్రతిజ్ఞ విను తెల్పెద నో బలభద్రసాత్యకుల్ !
పోరున వీనిఁగుత్సితుని మూఢ దురాత్ముని వీతపుణ్యునిన్
భూరివివేకశూన్యుని బ్రపూరితకల్మషమత్తచిత్తునిన్
ధారణి నాగయాహ్వయునిదర్పమణంపక యున్నఁ బ్రజ్ఞ యే!

క. ఘోరాహవరంగమ్మున
భూరిసుదర్శనము చేతఁ బోనియ్యక గం
భీరత ద్రుంపక యున్నను
ధారణి దేవకికి ముద్దు తనయుఁడనె దగన్. 54

దనుజసంహారి తిలకంబుఁ దనరఁ దీర్చి
యిరున కర్ఘ్యంబు లిడుచుండె వినయమునను. 55

వ. అప్పుడు 56

మ. ఘనుఁడౌనమ్మణిమంతసూనుఁడటు మేఘద్వారమార్గంబునన్
జనుచో నిట్లశరీరవాణి యనె నో సన్మార్గసంచార! నిన్
దనుజధ్వంసి వధింతునంచుఁ బలికెన్ దప్పింప లేరెవ్వారే
ననఘా! శంకరుపాలికీవుచనుమా! మాలస్యమింకేటికిన్. 57

క. ఆకాశవాణి పల్కినఁ
బ్రాకటముగ విని గయుండు పరువడి ననియెన్
శ్రీకాంతుఁడు నన్నూరక
భీకరముగ నేలచంపు బ్రేమను జెపుమా. 58

క నావలన నేరమేమియొ
భావజజనకుండు పద్మభవుపదయుగమున్
సేవింపఁ బోవువాని న
దేవిధమునఁ జంపఁబూనె నెఱిఁగింపు తగన్. 59

వ. అనిన నభోవాణి గయున కిట్లనియె. 60

క. భానున కర్ఘ్యము లియ్యఁగ
దానవహరుకరపుటమునఁ దటుకునఁ బడియెన్
నీనిష్ఠీవన మది గని
మానక నినుఁ జంపఁబూనె మాధవుఁ డకటా! 61

క. ఆయన చేసిన ప్రతినన్
గాయజహరుఁ డైన వచ్చి కాదన వశమా?

చ. అన విని యాగయుండు వెస నంబుజసంభవుఁ డున్నచోటికిన్
ఘనతరచింత చేతను బ్రకంపితగాత్రుఁడు హీనతేజుఁడై
కనులను బాష్పముల్దొరఁగఁ గంసవిభేదిప్రతిజ్ఞపల్కుచున్
జనియె భయంబునన్ విగతశౌర్యవివేకగభీరధీరతన్. 63

వ. ఇట్లగ్గయుం డత్యంతసంతాపంబున నిలిచినచోట నిలువక సత్యలోకంబునకుం బోయి బ్రహ్మసదనంబుఁ బ్రవేశించి యందు. 64

సీ. కౌండిన్య మాండవ్య కణ్వాత్రి గౌతమ
మైత్రేయ శౌనక మందపాల
శాండిల్య కౌశిక జమదగ్ని మౌద్గల్య
వరతంతు కశ్యప వామదేవ
వత్స మార్కండేయ వాల్మీకి గాలవ
పుండరీకాగస్త్య పులహ కపిల
వాసిష్ఠ నారద వ్యాస శుక మతంగ
హారితాదిసన్మును లమరమర్త్య

తే. గరుడ గంధర్వ యక్షులు వరుసఁ గొలువ
భారతీదేవితోఁ గూడి ప్రబలియున్న
కమలసంభవుపదములు గాంచి మ్రొక్కి
కరములు మొగిడ్చి వినుతించె గౌరవమున. 65

సీ. జయ భారతీనాథ! జయ సత్యసంచార!
జయ భక్తమందార! సదయహృదయ!

జయసద్గుణోల్లాస శక్రవినుత
జయవిష్ణుసన్నుత జయసృష్టిసత్కర్త
జయహంసవాహన జలజగర్భ

తే. నిన్ను వర్ణింప శక్యమే నిగమవేద్య
నన్ను రక్షింపవే వేగ నాథ! యనుచు
విష్ణుపదవాణి చెప్పిన విధములెల్ల
విన్నవించినఁ బరమేష్ఠి వెఱఁగుపడియె. 66

వ. మఱియు గయుండు సురజ్యేష్ఠునకుఁ బునఃపునఃప్రణామంబులు చేసి యిట్లనియె. 67

తే. నీవు జగములెల్ల నిర్మింపఁ గర్తవే
యఖిలసురలకెల్ల నగ్రజుఁడవు
హరికిసముఁడవీవు కరుణతో రక్షింపు
జలజలోచనుండు చంపకుండ. 68

వ. ఇట్లు గయుండు ప్రాణభయంబున హిరణ్యగర్భచరణకమల నిక్షిప్తమస్తకుండై లేవకుండిన నతండు సుముఖుండయి యతనిం జూచి కరపంకజంబున లేవనెత్తి యూఱడించుచు నిట్లనియె. 69

చ. శరనిధిమత్స్యరూపమునఁ జయ్యనఁ జొచ్చిమహోగ్రదృష్టిచే
సురరిపు సోమకాసురునిఁ జూచి తదీయకఠోరవక్షము

చ. అమరులు పూర్వదేవతలు నబ్ధిమథింపఁగ మందరాగ్రభా
రము నవలీలమోచి యపరాజిత దీప్తఘులీశరీరుఁ డై
విమలపయోజలోచనుఁడు విశ్వగురుండు సురాళికెల్లఁబ్రే
మమున సుధారసంబిడిన మాధవుఁ డాతఁడె పో గయా
హ్వయా. 71

క కిటియై హిరణ్యాలోచను
జిటులుచుఁ గోపించి త్రుంచి సితదంష్ట్రాగ్రం
బటుచాపి భూమినెత్తిన
పటుతరగాత్రుం డతండె పావనచరితా. 72

క. క్రూరుఁడగు హేమకశిపుని
ధీరతవక్షంబు చించి దివిజులుమెచ్చఁగ
ధారణిలోఁ బ్రహ్లాదుని
గారవమునఁగాచినట్టి ఘనుఁ డతఁడె గయా. 73

క జలపాత్ర ముంజిగోచియు
సలలితముగఁ దనకునొప్పఁ జనివామనుఁడై
బలిఁ బాతాళముఁ జేర్చిన
బలునేర్పఱి యితఁడె సుమ్ము భాస్కరతేజా. 74

క. ఇలఁ గల రాజుల నెల్లరఁ
జలమునఁ బోనీక పట్టి సమరావనిలోఁ
దలలెల్ల దొరఁగఁ జేసిన
యలజమదగ్నికిఁ దనూజుఁ డతఁడె గుణాఢ్యా. 75

[illegible]
ఘనుఁడౌ శ్రీరాముఁ డతఁడె గంధర్వపతీ. 76

క. సురరిపు భామలవ్రతములు
పరగున భంగంబుచేసి సమ్మోదముతో
హరునకు శరమై నిలిచిన
పరుఁడగు భానుం డతండె వరగంధర్వా. 77

క. ధరఁగల కిరాతవర్యుల
శిరములు ఖండించివైచి శ్రితజనకోటిన్
నిరతము సంరక్షించిన
సిరివరుఁడగు కలియతండె సిద్ధము గయుఁడా. 78

క. ధరణిభారము మాన్పఁగఁ
బరువడి నారాయణుండు భాసురలీలన్
వరవసుదేవ సుతుండయి
వరకృష్ణుం డనఁగ వెలసె వరగుణ నిలయా. 79

వ. అని మఱియును గృష్ణుండు చతుర్దశ భువనాధీశ్వరుండు సకలమాయలకెల్ల నధికారియు జగద్గురుండు విశ్వరక్షణార్థంబై భూతలంబున నుద్భవించె ఆ మహానుభావు నతుల ప్రతిజ్ఞమాన్ప నింద్రాది దిక్పాలక సురగరుడోరగాదుల కలవిగాదు. నిన్నురక్షించెడి వారిం జెప్పెదవినుము.

సీ. కైలాసవాసుని గజచర్మపరిధానుఁ
గాలకూటాశ్రయుఁ గామహరునిఁ

నంధకాసురవైరి నావ్యోమకశుని
భీమేశునతజనాభీష్టదాయి
సకలాగమస్తుతు సచ్చిదానందుని
సద్భక్తమందారు సగుణారూపుఁ
తే. బ్రమథనాథుని సద్భక్తపటలపాలు
సకలలోకాధినాథు నక్షరునిభవుని
సదమలజ్ఞాన నివహుని సర్వమయుని
జేరి ప్రార్థించి సేవింపు చిత్తమలర. 81

తే. శంబరాంతకసంహారి చంద్రమౌళి
భూతనాథుండు ముక్కంటి పురహరుండు
నురగహారుఁడు సర్వజ్ఞుఁ డుగ్రమూర్తి
కాలకంఠుఁడు నినుఁగాచుఁ గరుణవెలయ. 82

క. హరిచేసినట్టి ప్రతినం
బరువడి మాన్పంగ లేరు పాకారిముఖుల్
ధర నెవరికైనఁదరమా
కరిచర్మాంబరుఁడు దక్కఁ గావఁగ నిన్నున్. 83

క. ఆలస్యము లే కరుగుము
కైలాసాచలమునకును గడువేగమునన్
భాలాక్షుమరుగుఁ జేరుము
వాలాయముగాఁచు నతఁడు వదలక నిన్నున్. 84

గనకరథ మెక్కి యప్పుడు
ఘనకైలాసమునకేగెఁ గాచుననుమతిన్. 85

క. ఆగిరిరాజముఁ గనుఁగొని
వేగవిమానంబు డిగ్గి వినయముతోఁ పక్
సాగిలి ప్రణమిల్లి గయుం
డాగౌరీశాద్రి నెక్కె హర్షంబలరన్. 86

క. కైలాసంబని తలఁచిన
వాలాయము శివుఁడొసంగు వాంఛలుతృప్తిక్
మేలైన సతుల సుతులను
బాలిక్ ధనధాన్యచయము పంతంబలరన్. 87

క. అని యిట్లు వినుతిసేయుచు
మనమున వెతలెల్లమఱచి మౌనిగణములం
దనకనుఁ దమ్ములఁజూచుచుఁ
జనిగొను శివునిలయమునకు సంతసమెసఁగన్. 88

సీ. ఇంద్రాదిదిక్పతులెల్లరుసేవింప
మౌనీంద్రబృందంబు మమతగొలువఁ
బసిఁడిబెత్తములచేఁ బరికింపనందియు
హరిబరాబరిచేయ నాదరమున
గణనాథభైరవ కార్తికేయాదులౌ
కొడుకులు ముద్దులు గులుకుచుండఁ

తే. హరుఁడు నవరత్నసింహాసనాగ్రమందుఁ
బార్వతీదేవితోఁగూడి ప్రమద మెసఁగఁ
దారకాధిపు మిన్నేటిఁ దలనుదాల్చి
యున్న శంకరుఁగనె గయుఁ డొప్పు మెఱయ. 89

వ. కని యందు శంకరు నివ్విధంబున స్తుతియించె 90

దండకము శ్రీమన్మహాపార్వతీచిత్త నీరేజహంసా జటాజూట
భారా మహాకార లోకాధినాథా! మహాసారపద్మా పర
బ్రహ్మ వేదాంతవేద్యా మహావిష్ణుపాదోద్భవాధారకైలాస
సంచార మౌనీంద్ర హృత్పద్మమార్తాండ సర్వాత్మకా
వ్యాస మైత్రేయ కౌండిన్య వాసిష్ఠ శ్రీవత్స కణ్వాది
నానామునిస్తోత్ర సర్వాపదాలిప్రహా దైత్యసంహారకా
దేవపుణ్యస్వరూపా లలాటాక్ష యోతాండ వామోద
చిద్రూప మృత్యుంజయా శూలపాణీ భవానీధవా కాల
కంఠా కపర్ది విరూపాక్ష సర్వజ్ఞ ఘోరాంధకారా వియో
గోద్భవా దంతిచర్మాంబరాలంకృతా ధూర్జటీభర్గ శర్వా చిదా
నందమూర్తీ యచింత్యా నిరాకార మాకార కోంకార
పంచాక్షరీరూప శ్రీతారకబ్రహ్మమార్తాండ తత్త్వజ్ఞభక్తాలి
దారిద్ర్య గాఢాంధకారార్కుడై తేయ పంచాననా శూర
సద్భక్త వీర్యప్రదీప్తాంగ, మీసత్ప్రభావంబు వర్ణింపఁగా
లేరు వాగీశ దేవేశ లోకేశులున్ రుద్రమూర్తీ భవద్దివ్య
పాదాబ్జయుగ్మంబులన్ నిత్యసద్భక్తిఁ బూజించెదన్ సత్కృ

దల పిమ్మటన్ ముక్తి మోదంబుతో నిచ్చి రక్షింపవె నిల
కంఠా నమస్తే నమస్తే నమః. 91

క. అని యిట్లు వినుతిచేసిన
కనుఁగొని యలపూర్వభవుఁడు కడుమోదమునన్
మును పెన్నఁడు నీవదనము
ఘనకాంతిం దగ్గకుండు గంధర్వపతీ 92

తే. హీనమైనది నీదుముఖాంబుజంబ
దెవరినుండియొ యింతటి యెగ్గుగలిగెఁ
దెలియఁ గావలె నంతయుఁ దేటపఱుపు
మనిన విని శంకరున కిట్టులనియె నతఁడు. 93

మ గిరిజాధీశ్వర చంద్రశేఖర భవా గీర్వాణరాజస్తుతా
యరవిందానన శ్రీపతిస్తుతహరా యాద్యంతశూన్యాసుకుం
జరచర్మాంబర దేవతామునినుతా సద్భక్తమందార! యా
మురసంహారియొనన్నుఁ జంపఁగడఁగెన్ ముక్కంటిరక్షింపవే.

తే. అఖిలలోకనాథ యమరేంద్రపూజిత
భాలనేత్ర నన్ను బ్రదుకఁజూడు
ప్రాణభీతిచేతఁ బరువడివచ్చితి
నిన్ను నమ్మినాఁడ నీలకంఠ. 95

వ. అని మఱియుఁ బునఃపునః ప్రణామంబు లాచరించి గంధర్వ
విభుండు చంద్రశేఖర పాదారవిందములపై భాలప్రదేశ
మ్మునిచి దైన్యంబున రక్షింపు మని నయనంబుల నశ్రుక

రమణుండు భక్తపరాయణుండు గావున నానంద బాష్ప
ప్రవాహంబు లతనిపైఁబడఁగ సకలభువనాభయదం బైన
దక్షిణకరంబున లేవనెత్తిన గయుం డిట్లనియె. 96

సీ. వసుదేవ తనయుండు వనమున కేతెంచి
భానునకర్ఘ్యంబు భక్తినిడఁగఁ
గరమర్థి వినువీథిఁ గనకరథంబెక్కి
కమలజుసేవకై కదలిచనుచు
నిష్ఠీవనముసేయ నీరజాక్షునిపైనఁ
బడిన నుగ్రుండయి ప్రతినచేసె
గగనవాణియువార్త కరుణను దెల్పంగఁ
గమలగర్భునినేను గనఁగఁబోవ

ఆ. హరిప్రతిజ్ఞరీతి నప్పునిఁదీర్పంగ
నతనినుండి నన్ను నాదరించి
కావ నెంతవాఁడఁ గదలిపొమ్మని నన్ను
నీదుచెంత కనిచె నీలకంఠ. 97

వ. అనిన శంకరుండు తనమనంబున. 98

ఆ. ఏమిసేయువాఁడ నితని నెవ్విధిఁగాతు
హరికి నాకు భేద మరయఁగలదె
యతఁడు నేనుఁ బోర నగులోకనాశము
గయుని నేలపనిచెఁ గమలభవుఁడు. 99

మ. వరవైకుంఠ విహారుఁ డచ్యుతుఁడు సర్వజ్ఞుండు విష్ణుండు
భా, స్కరచంద్రాక్షుఁడు నిర్గుణుండు గుణికంజాతోద్భ
వాండోదరుం, డరిసంహారియు శేషశాయి వసుదేవాధిశ
సత్పుత్రుఁడై, ధరణీభారము మాన్పఁగా వెలసె దైత్యధ్వంసి
కృష్ణుం డనన్. 101

ఉ ఆయదువంశశేఖరుని యద్భుతమైన ప్రతిజ్ఞ మాన్పఁగా
న్యాయముగాదు నాకు విను నావచనంబు గయాఖ్య యిప్పుడే
పోయి మురారిపాదముల భూరివివేకముతోడఁ గొల్వుమా
యే యపరాధముం గొనక యిష్టమునించుఁ గృపావిధేయుఁడై.

ఉ. ఆవసుదేవసూనుఁడు దయాంబుధి శాంతుఁడు భక్తపాలుఁ
డుగ్, బావనమూర్తి నీట మఱి పాలను ముంచిన ముంచుఁగా
కనిగ్, గావఁగ లేర దెవ్వరును గంసవిరోధియుఁ దక్క వేగ
మే, పోవుము కృష్ణుపాలికిని బ్రోచును నిన్ను గయా!
కృపాబ్ధియై. 103

క. ఈరీతిని శివుఁడాడిన
భూరిభయాబ్ధిని మునింగి సొక్కుచు గయుఁడా
గౌరీపతి సదనంబును
నారూఢిగ వెడలినడిచె నార్తుం డగుచున్. 104

వ. ఇట్లు గంగాధర మందిరంబు వెడలివచ్చి కొంతదూరంబు
పోయి యొక్క నిర్మలస్థలంబున నిలిచి గయుండు తన
మనమ్మునందు. 105

గనకగర్భుఁడు హరుఁడును గావవైరి
దనుజసంహారి యొక్కఁడే దలఁచిచూడ. 106

సీ. సర్వప్రపంచంబు సరవితో సృష్టించు
కమలగర్భుఁడునన్ను గావఁడాయె
నెల్లలోకములకు నేలికయైనట్టి
చిత్తజవైరి రక్షింపఁడాయె
వీరికన్నను ఘనుల్ వెదకిచూచిన లేర
దెవ్వరు రక్షింతు రెలమిమీఱి
నాపాపదైవంబు నన్నిట్లుచేసె నిం
కేచాయకరుగుదు నెందుఁజొత్తు

తే. హరికడకు నిప్పుడరిగినఁ గరుణలేక
ప్రాసముద్గరముఖములఁ బట్టియపుడె
చక్రధారను దలద్రుంచు సాహసమున
నందుఁబోరాదు పోయిన నాపద లగు. 107

సీ. ఉదధిమధ్యముఁజొచ్చి యొదిగియుండెదనన్న
హరిమాయ యదియును నరసిచూడ
నగ్నికుండములోన నణఁగియుండెదనన్న
నాతనిసంచార మందుఁగలదు
తారకాపథమునఁ దగిలియుండెదనన్న
రవిమధ్యమున హరిరమణనుండు

తే. నిష్ఠ పరహింస ప్రాపించె నేమి యనుదు
నిది పరిహారించిననుఁ బ్రోవ నెవ్వఁడోపు
శివునిమాటలు నమ్ముచుఁ జెలఁగి నృహారి
సముఖమున కేగ నచ్చోటఁ గ్రమము తప్పు. 108

క. తత్తఱపడి యేఁబోయినఁ
జిత్తజ జనకుండు చూచి చిత్తములోనఱ
హత్తిన కోపముతోడను
గుత్తుక సిగ గోయు నచుచుఁ గుంభినిమీఁదన్. 109

సీ. ధారణిబెబ్బులి దాసర్ల విందుకై
పిలచినఁ బోదురే ప్రియము లేక
మునిముచ్చు తావచ్చి కనుమదాఁటించెద
రమ్మన్నఁ జనుదురే రసికులయినఁ
బగవారితోఁ బొందు పాటించిసేతురే
క్షితిలోన నేలాటి చెనఁటులైన
నేను శ్రీకృష్ణుని నెఱనమ్మిపోయినఁ
బ్రాణహానియెగాని బ్రదుకులేదు

తే గానపోరాదు పోయినఁ గార్యహాని
చిక్కి తప్పించుకొనరాదు సిద్ధమిద్ది
వెనుకఁజింతించు టదియెల్ల వెఱ్ఱితనము
పూర్వకర్మ ఫలంబేల పోవనిచ్చు. 110

వనజభవుఁ డిచ్చినవరములు
పనిగొనరాదాయె నెంతపాపాత్ముఁడనో. 111

సీ. ఈవార్త మాతల్లి యేపాటివిన్నను
బుత్రశోకంబున బొరలుచుండు
గారాబమునఁ బెంచు గంధర్వపతియైన
మణిమంతుఁ డేప్రొద్దు మదినిగుందు
కలనైనభీతి వాక్కుల నోర్వఁగా లేని
యనుకూలవతి చాల నడలుచుండు
నేవేళనైన నన్నెడఁబాయఁగా లేని
సుతులు వారెంత దుఃఖితులగుదురో

తే. కటకటా విధి నెవ్వరు గడువలేరు
పూర్వకర్మఫలంబులు పోవనీవ
దెవ్వరైనను గృష్ణున కెదురు లేరు
నేఁడు నిర్యాణకాలంబె నిండవచ్చె. 112

తే. గిరులమీఁదను వర్షముల్ గురిసినట్లు
కడఁగి యడవిని వెన్నెల గాచినట్లు
భస్మనిక్షిప్తఘృతము శేవను దలంప
నేను జేసినతపమెల్ల నెగడదాయె 113

వ. అని గయుండు మనంబున ఖేదంబునుం గొని వెడవెడఁ
గన్నీరుమున్నీరుగాఁ బ్రలాపించుచు భూతలంబునఁ బొర
లుచు జగత్సృష్టికర్తలు చతురానన చంద్రశేఖరులు వీరి

హారికూరక నేలాగుననొప్పింతు నేమిసేతుననుచు జంకి
సుతబాంధవుల గాననైతిఁ గటకటా యనుచుఁ గుందు
చున్న సమయంబున. 114

సీ. ఘనసారచంద్రికా కమనీయగాత్రంబు
గళమునమాలికల్ గ్రాలుచుండ
సురనిమ్నగాస్నానపరిపూర్ణకుంభంబు
స్ఫటికాక్షమాలికపాణి నమర
బాలభాస్కరరుచిప్రహతోర్ధ్వపుండ్రంబు
తులసిమాలికలు సుస్థితిని మెఱయ
నష్టాక్షరీమంత్ర మాత్మలో నెన్నుచుఁ
బ్రణవ మెల్లప్పుడు పఠన చేయు

తే. గానవిద్యాప్రవీణుండు మౌనిఘనుఁడు
కనకగర్భాంగజాతుండు కలుషహరుఁడు
భూరి వీణాధురీణుండు నారదుండు
గయునికడవచ్చి నిలిచెను గౌరవమున. 115

క. వచ్చిన నారదుఁ గనుఁగొని
హెచ్చిన శోకంబుమాని హితమతితోడన్
ఒచ్చెంబు లేని భక్తిని
చెచ్చెఱ నామునికి మ్రొక్కెఁ జిత్తంబలరన్. 116

తే. గయునిగన్గొని యమ్మౌని కాంతుఁ డనియె
నెటకుఁబోయెదు దుఃఖించె దేమికొఱకు

వ. అనిన విని గయుండు ప్రమోదభరాక్రాంతహృదయుం
డగుచు శతానందనందనునకుఁ బునఃపునఃప్రణామంబులు
గావించి యతివినయంబుగా ని ట్లనియె 118

సీ. వినవయ్య మునినాథ విన్నవించెద నీకు
నున్నవిధంబెల్ల నొప్పుగాను
గయుఁడని నా పేరు గంధర్వవిభుఁడను
కమలజుసేవకై కదలిపోవ
దేవకీతనయుండు దినమణికర్ఘ్యంబు
లిచ్చుచో నుమిసితి నెఱుఁగ కదియుఁ
వనజాక్షుకరపుటంబున యదృచ్ఛానిధిఁ
బవనవశంబునఁ బడినఁజూచి

తే. యల్గి యెంతయు మదిఁగల యాగ్రహమున
నిట్లు చేసిన దుష్టాత్ముఁ డెచటనున్నఁ
బట్టి తెప్పించి ప్రాణముల్ బాపకున్న
వాసుదేవుఁడ నేగాను వసుధలోన. 119

క హరి యిటు పల్కిన శబ్దము
సురాపగావాణినాకు సురుచిరలీలన్
ఎఱిఁగింప నేను నప్పుడె
పరుగిడితిని శారదేశు భవనంబునకున్. 120

క. పరమేష్ఠిఁ గాంచి తత్పద
సరసీరుహములకునెఱఁగి చతురానన నే

వ. అని యిట్లు పితామహునకు హరిప్రతినవిధంబంతయు
నెఱింగించిన నతఁడు నన్నుఁ గనుంగొని యిది నేను
శమింపలేను గంగాధరుమందిరంబునకుం జను మనిన నేను
బంచశరారిపాలికిం జని శరణంబువేడ నతండును రక్షింపఁ
బొమ్మనిన నిచట నిలిచి భయపూరితచిత్తుండనై నిన్నుఁ
గాంచి ధైర్యంబునొందితిని. 122

చ అనవినినారదుండు కరుణాంబుధియైగయుఁజూచియిచ్చటన్
ఘనతరశోకవార్ధిఁబడఁ గారణమేలొకొ నీవు నిప్పుడే
చనుము కిరీటిపాలికి విచారముమాని యతండు ధీరతన్
నిను నవలీలఁబ్రోచు నిదినిక్కమునమ్ముమునాడు మాటలన్.

వ. అనిన విని నారదునకు గయుం డిట్లనియె. 124

ఉ. మునికులసార్వభౌమ సురపూజితపాదపయోజ యోదయా
వననిధియబ్జసంభవభవా మహనీయశశాంక తేజ యా
ఘనుఁడు భుజంగకంకణుఁడు గావగలేక మురారిపాలికిం
జనుమనె శక్రసూనునకు శక్యమె నన్ బ్రదికింపనారదా.

వ. అనిన గయునకు హిరణ్యగర్భసంభవుం డిట్లనియె 126

మ కరుణాఢ్యుం డసుధారాభరంబుడుపు కౌంతుంబుట్ట శ్రీకృష్ణుఁడే
యరిసంహారకుఁడిం ప్రసూతియునఁగానత్యంతశౌర్యోన్నతిన్
బరఁగున్ లోకవిలక్షణుండుసుకృపావారాశిలీలాత్ముఁడై
కిరమర్థిన్ జనియించెనీవసుధలోఁగల్యాణసంధాయియై. 127

[illegible]
నావచనంబు నీమదిని నమ్ముము పొమ్మిఁకఁ బార్థుపాలికిన్.

వ. అనిన గంధర్వ్వుండు త్రిదశమునీంద్రున కిట్లనియె 129

ఉ. తాపసవర్య ఫల్గునుఁడు దానవవైరికి సఖ్యుఁడంటివా
శ్రీపతికర్జునుండు నటు శీఘ్రమె పొమ్మనిపంచె దిప్పుడే
నీపలు కెట్లు నమ్మఁదగు నీరజసంభవ చంద్రశేఖరుల్
ఈపనిఁ జేయ లేమనిరి యింద్రకుమారునిఁ జేరనేమగున్ 130

వ. అనిన మణిమంతుని సుతునకు శతధృతిసుతుం డిట్లనియె.
నీవు నరునిమానవమాత్రునిగాఁ దలంపకుము. అతఁడు
పాశుపతాది దివ్యాస్త్రపాణియై యుద్ధభూప్రదేశంబున నిలి
చిన హరిహరబ్రహ్మాదిదిక్పాలకామరయక్షరాక్షసుల కజే
యుండగు నతనియతుల ప్రభావంబు చెప్పెద నాకర్ణిం
పుము. 131

సీ. యాదవావళినెల్ల నవలీలను జయించి
దేవకీపుత్త్రికఁ దెచ్చినాఁడు
సకలరాజన్యుల సమరంబులో గెల్చి
కప్పముల్ గైకొనె గౌరవమున
శివునినే మెప్పించి చెలువొందఁ బాశుప
తాస్త్రంబుగొనివచ్చె నాక్షణంబె
దిక్పాలకులచేత దివ్యబాణంబులు
కరమర్థిఁ గైకొనె సురలుమెచ్చ

గాలకేయాదిదానవ గణమునెల్ల
నరసముఁడెవండు పరరాజనందనుండు. 132

క విషధరహారుఁడు ప్రమథులు
విషధరహారవాహనుండు విబుధగణంబుల్
విషధరశయనుఁడు వచ్చిన
విషగళుచరణంబు లాన విడువఁడు నిన్నున్ 133

తే. ప్రాణభయము లేదు పరువడిగాఁ బోయి
యతని ద్వైతవనమునందుఁ గాంచి
శరణుఁజొరుము వాఁడు శత్రువుచుండి నిన్
గాచు సంశయంబు గలుగదిందు. 134

వ. అనిన విని మునికి గంధర్వవిభుఁ డిట్టులనియె. 135

క. మునినాథ నన్ను రక్షిం
పను జాలిన పౌరుషమున భాసిల్లెడు నా
ఘనుఁ డెచటనుండు నచటికిఁ
జనియెద నా కానతిండు సరగున మీరల్. 136

వ. అనిన మునీంద్రుఁ డిట్లనియె. 137

క ద్వైతవనం బన ధరణిన్
ఖ్యాతముగా నుండు నందుఁ గార్ముకధరుఁ డై
భూతేశ భక్తవర్యుఁడు
పూతచరిత్రుఁడు సురేంద్రపుత్త్రుండుండున్ 138

[illegible]

జనలోకమునకు నితాంతజవమున వచ్చెన్. 139

వ. ఇట్లు గయుండు భూలోకంబునకుఁ జనుదెంచి ఖర్జూర మాలూర పున్నాగ సారంగ జంబీర బిల్వామల కాశ్వత్థ పిచుమందనారికేళార్జున వటహూంతులుంగలవంగ కీచకధాత్రీతింత్రిణీసరళాదితరుబృందంబులు గలిగి దివ్యకుసుమసౌరభంబును మలయపవనసంచారంబునయియొప్పు దైవతవనంబు ప్రవేశించి యందు. 140

సీ. వజ్రపరచ్ఛాయఁ బరఁగు దేహమువానిఁ
బూర్ణచంద్రునిబోలు ముఖమువానిఁ
గమ్రగాండీవంబు కరమున గలవాని
విమలాబ్జపత్ర నేత్రములవానిఁ
బార్వతీపతిపదభక్తిగల్గినవాని
లలితత్రిపుండ్రభాలంబువాని
జగదేకవీరుఁడై చాలనొప్పెడువాని
యదుసూనువిక్రమ మమరువాని

తే. సత్యవచనుని సుగుణుని జక్రిసఖుని
స్వర్ణనగధీరుని సమరజయునివీరు
వనజబాంధవతేజుని వజ్రిసుతుని
గాంచె నచ్చట గంధర్వకాంతుఁ డెలమి. 141

నమ్మివచ్చిన నన్ను నా ప్రాణముల నెల్ల
కావ గలఁ డితండు కరుణతోడ 142

వ. అని గయుండు సంతోషపూరిత స్వాంతుండగుచుఁ దన
మనంబున. 143

సీ. ఈరూపు నీచూపు నీయంద మీచంద
మీరాజసంబు నిద్ధతేజ
మీసొంపు నీపెంపు నీబాహువీర్యంబు
నీశౌర్య మీధైర్య మీఘనంబు
నీఖ్యాతి యీపొంక మీకృపారసములు
నీప్రతాపాటోప మిట్టిచెలువ
మీనీటు లీచెన్ను నీసొగసెమ్మెయి
నీమేటి యాకార మేరియందుఁ
తే. జూడ మిటువంటిధీరుని క్షోణియందుఁ
బ్రాపు చేకొంటి నా కింక భయము లేదు
ఇతఁడు రుద్రుఁడో దుర్జయ శతముఖుండో
యిందిరాపతితనయుండో యెన్న నిపుడు. 144

సీ. పురవైరి యితఁడైన భోగిహారము లెవ్వి
హరుఁడుగాఁ డితఁడెన్న నరుఁడుగాని
విబుధేశుఁ డితఁడైన వేయిగన్నులు లేవు
హరిహయుఁడును గాఁడు నరుఁడుగాని

చిత్తజుఁ డితఁడైనఁ జెఱకువిల్లును లేదు
స్మరుఁడుగాఁ డీతఁ డానవుఁడుగాని

తే. ధనువు శరములు చేపట్టి దనరినాఁడు
నివురుగప్పిన యట్టిక్రొన్నిప్పువంగ
సమరవిజయుండు సాహసచక్రవర్తి
సందియము లేల? యీతఁడే శక్రసుతుఁడు. 145

తే. ఇతఁడె దైవంబు రక్షకుఁ డీతఁడౌను
నితఁడె గురుఁడును దలిదండ్రు లెలమితోడ
నితఁడె నాప్రాణమును గాచు నెంచిచూడ
హాని లేదిఁక వెఱవను హరికి నిపుడు 146

క. అని గంధర్వవరుండును
గనకరథము డిగ్గివచ్చి కవ్వడి యితఁడే
యని తలఁచి వేగ తత్పద
వనజములకు మ్రొక్కి లేచి వాంఛితమలరన్ 147

చ. కరములుమోడ్చి యాగయుఁడు కన్నులఁదోయకఃఖంబులో
ల్కనో, పరమదయాంబురాశి ప్రతిపక్షమదేభ మృగేం
ద్ర కావవే, శరణనివచ్చినాఁడ నృపచంద్రహిమాద్రిసమా
నధైర్యని, జగపతి పుత్రపూర్వసురసంహార, మిత్రత్రిలోక
సన్నుతా. 148

వ. అని భయాతురుండయిన గయుంజూచి పురందరనందనుం
డిట్లనియె 149

[illegible]

వెఱవను నినుఁబట్టియీయ విమలగుణాఢ్యా. 150

క. వెఱవక నాకడ నుండుము

అరులకు నొప్పింపనిమ్ము ధర్మసుతుని శ్రీ

చరణసరోజములానఁగ

నెఱనమ్ముము నాదుమాట నిక్కముసుమ్మీ 151

సీ. శరణన్న పగవారి సరవితో రక్షించు

పంతంబు నాఁటిది పరఁగ విడుము

నమ్మివచ్చినవారి బోమ్మనిపట్టియ్య

హరిహరాదుల్ వచ్చిన నడలనేను

నినుఁగాచి రక్షింతు నీవు నిర్భీతినుండి

ప్రాణసంకటములు ప్రాప్తమయ్యె

నీ పేర దేమంటివి యెందు నీవుండున

కెవ్వరు [illegible] రిపుఁడు నిన్ను

తే. వెఱపు నీకేల మాలోన విడువు మనుచు

సమ్మదముతోడ నభయహస్తమ్ము నిడిన

నవ్విగంధర్వపతియును కవ్వడికిని

మ్రొక్కి విన్నప మొనరించె ముదముతోడ. 152

సీ. వినవయ్య యర్జున వీరాగ్రగణ్యుండ

శ్రీనిషధాచల శిఖరమందు

వాణీశు శ్రీపాద వారిరుహంబులు
పూజింపవలఁచి యేఁబోవు వేళ
రాక్షససంహారి రవికర్ఘ్యములనీయ
నిష్ఠీవనంబప్డు నీరజాక్షు
తే. నంజలిపుటముననుబడ నాగ్రహమున
జక్రధారను దలఁద్రుంచి ధాత్రివైతు
ననియెనంచు నంబరవాణి ననుగుఱించి
వనజసంభవు కడకేగుమనియెఁ గరుణ. 153

ఆ గగనవాణి పలుకఁ గడుభయంబునఁబోయి
యజునిఁగాంచి మ్రొక్కి హరిప్రతిజ్ఞ
విన్నవింప బ్రహ్మ విస్మయంబునుబొంది
నీలగళుఁడుగాచు నిన్ను జనుము. 154

వ. అనిన. 155

క. పరమేష్ఠి పంపఁగాఁ జని
హరునకు హరిప్రతిన చెప్పి యాపన్నుఁడనై
పరమకృపానిధి ప్రోవుము
మురహరుఁడును మీరుపములు ముజ్జగములలోన్. 156

వ. అనిన విని యామహానుభావుం డిట్లనియె. 157

తే. హరికినధికులు నవనిలే రరసిచూడఁ
గంససంహారి వినుము నీ గరుణఁగాఁ

మ. హారికిసఖుండు శాత్రవమహాటవికిఁ దహనుండు శూరుఁడుర్
బరమస్వహాసముద్రుఁడు ప్రభంజనడింభక కేతనుండు శం
కరుననిగెల్చినట్టి త్రిజగన్నుతుఁడాహవభీకరుండు శ్రీ
హారికిసమానుఁడౌనఁటుమహాధృతినీకభయంబొసంగెడున్.

వ. అని పంచిన వచ్చి. 160

క. మునిపతిపై విన్నంతటనుఁ
గన నిజమయ్యెడిని ధృతిని గనఁగల్గితి నా
యనుమానము వెల్లఁ బీతను
మనుజేశ్వరునేఁడు కీర్తి మహిలో వెలసెన్ 161

వ. అని యిట్లు గపుండు తనవృత్తాంతంబంతయు విన్నవించు
నను విన్నవించిన నజ్జనుండు డోలాయమానమానసుం
డగుచుఁ దనమనంబున. 162

క. ఘోరమహావనమునఁ గృష్ణుఁడు
ఘనుండయి నిలచనేని [illegible] సుక్షేత్రముల్
గానీ [illegible] నిద్రుఁడు
పొందగ [illegible] ఘనవత్రయినిన్. 163

క. శౌరికి నాపని గల్గెను
హాష[illegible]నేఁడు వారితో సముసై
పొందఁగఁగ[illegible] యని[illegible]
గౌరవము [illegible] గలఁడో లేఁడో 164

బాంచాలిమానంబు భంగంబు గాకుండ
రక్షించె సభయందు రమణతోడఁ
బవమానతనయుని ప్రాణముల్ పోకుండ
విషము నిర్విషము గావించె నప్పు
డేవేళఁ దలఁచిన నావేళ నేవచ్చి
భూరిదయాళువై బుద్ధినొసఁగు
తే. నట్టి శ్రీకృష్ణునకు నాకు నమితమైన
చుట్టఱికమెల్ల నేఁటితోఁ జారఁబోయె
మమ్ముఁ జూడంగఁ దలఁపఁడు మాధవుండు
కల్పితంబయ్యె దురవస్థ గయునిచేత. 165

తే. గయునివృత్తాంత మెల్లను గ్రమముతోడ
మొదటఁ దెలియక యూరకె మోసపోయి
సభయమిచ్చితిఁ దప్పిన నను నిజమతులు
నిందసేతురు శౌర్యంబు క్రిందుగాఁగ. 166

వ. అని యిట్లు చింతించి సంపూర్ణధీరుండగుచు గయునిం బో
డ్కొని ఫల్గునుండు యుధిష్ఠిరుపాలికిం జని యతని పాదా
రవిందంబులకు నమస్కరించి ముకుళితకరకమలుండై నిలిచి
యున్న కిరీటిం జూచి ధర్మజుం డిట్లనియె. 167

క. అన్నా కవ్వడి యివ్విధి
ఖిన్నుఁడవయి యుండ నేమి గీర్వాణేంద్రుల్

తే. ఎవ్వాఁడు పూజ్యుఁ డందుల కెలవచ్చె
నితని యభిధాన మేమందు రెచటనుండు
ననిశమని ధర్మజుండన నర్జునుండు
విన్నవింపఁగ దొడఁగె నావివరమెల్ల 169

తే. మణిపురాధీశుఁడగు సుణిమంతు సుతుఁడు
గయుఁ డనెడివాఁ డితం డెన్నఘనగుణుండు
ప్రాణభయమున మిగుల నాపన్నుఁడగుచు
నభయమడిగిన నిచ్చితి శుభచరిత్ర. 170

ఉ. భానుసమాను తేజ ననుఁ బ్రాణభయంబున వచ్చి కావవే
మానవనాథ! యన్నవిని మన్ననచే నభయంబొసంగితిన్
ఏనును నీదుసన్నిధికి నిప్పుడ వచ్చితి నింత చెప్పఁగాఁ
గాన ననుంగటాక్షమునఁ గావవె లేక సమర్తినందనా 171

వ. అని యిట్లు సునాసీరసూనుండు గయుని వృత్తాంతంబంత
యుఁ బ[illegible]ట్టనయున కెఱిఁగించిన నయ్యజాతశత్రుం
డార్తసంరక్షకుండును ధర్మపరమూర్తియు నగుటం జేసి
కిరీటి కిట్లనియె. 172

క. నమ్మించి శరణు [illegible]రినఁ
గొమ్మని యభ[illegible]చ్చినట్టి ప్రాణుని నిపుడే
నిమ్మహిమను[illegible] [illegible]నుచు
[illegible]మ్మట నరకమునఁ బొందుఁ బెక్కుదినంబుల్. 173

బ్రఁగ పలయును ఇంయిలు
షో విడువఁగరాదు గయుని భూరివివేకా 174

క. మొదల నభయమ్మొసంగియుఁ
దుది నాచేఁ గాదనంగ దోషము వచ్చున్
ఇది క్షత్రియులకు ధర్మము
ముదమున నీగయునిఁగావ మోసముగల్గున్. 175

సీ. దుర్యోధనుఁడు చేయు దుష్టయత్నము లెల్ల
మనమీఁద రాకుండ మట్టుపెట్టి
కలలోనఁ దలఁచినఁ గ్రక్కునఁ దా వచ్చి
చాలబుద్ధులు చెప్పు సదయుఁ డగుచు
మనయందుఁ బక్షంబు మానఁ డేవేళను
గంటిఱెప్పఁగఁ గాచుఁ గ్రమముతోడ
దైవంబు దాతయుఁ దల్లియుఁ దండ్రియు
గురుఁడును నాతఁడె యనసిచూడ
తే. కృష్ణునకు నెగ్గు చేయఁగ నేలయన్న
నభయమిచ్చిన మాటయే వ్యర్థమగును
దైవయత్నంబు దప్పింపఁదగునె మనకుఁ
జాలు దగవంగఁ దగునయ్య శక్రతనయ.
తే. కానిపనులెల్ల నెప్పుడు కానె కావు
కలుగవలసిన పనులెల్లఁ గలుగుచుండు

చ. అహహ అహా యిల యీ సకల దైవతకృత్యము దప్పనిచ్చునా,
యహివరతల్పుఁ డిత్తఱిని నర్జునునందును దెంపుచూపునే,
బహువిధమాయలాహరికిఁ బార్థుఁడు నాతఁడు నొక్కటే సు
మీ, మిహిరసమాన తేజ గయు మేదినిఁ గావ శుభంబు చే
కురున్. 177

వ. అని వాసవియు నిట్లనియె. 178

తే. గయునికొఱకును హరిహరుల్ కయ్యమునకుఁ
గడఁగి వచ్చిన నిల్తురే కయ్యమందుఁ
జాలఁబోరంగ హరితోడ సమయమిదియా
సంశయంబేల యింతేను శమనతనయ. 179

క. ఇప్పుడిక గయునిఁగాచుట
నొప్పిదమగు మనకుఁ దమను సురబలములతో
నప్పరమాత్ముఁడు వచ్చిన
నప్పుడికెట్టులైనఁగాని యనఘచరిత్రా! 180

వ. అనిన విని సమవర్తితనయుండు సహోదరపరివృతుండై
యాగయుని నిర్భయుం గావించి తమయొద్దనుంచుకొని
యుండెఁ దదనంతరంబ. 181

చ. హరిహరదేవుఁ డిట్ల వడి నర్ఘ్యములిచ్చిన విమ్మటన్ గనెం
బరమదయాత్ముఁడై గయునిఁ బాండుతనూజులయొద్దనుండు
టన్, ఘనతర సఖ్యవృత్తి ననువొందఁగఁ జూచి ప్రమోద
చిత్తుఁడై, వరగుణ నా ప్రతిజ్ఞ యిఁక సార్థకమయ్యెఁ దలంచి
చూడఁగన్ 182

బూర్ణకళాయుక్తుఁ బుణ్యచారిత్రుని
వీర్యవంతుసుగుణు వేగవంతు
రావించిపలికెను రమణతో సుతనీవు
ద్వైతవనమునకుఁ ద్వరగనేగి
యమతనూభవునకు నతనిసోదరులకు
ధర్మచారిణియైన ద్రౌపదికిని

తే. ధౌమ్యునకుఁ జెల్పు మీవు భద్రమ్ములడిగి
పార్థునకు నేనుఁ జేసిన ప్రతినఁ దెల్పి
గఁయుని వేవేగఁ దెమ్ము నాకడకు నిపుడె
యనుచుఁ బల్కినఁ జనె నతం డతిరయమున 183

క. వచ్చెను మారుతరయమునఁ
జొచ్చెను నాద్వైతవనము సురుచిరలీలన్
అచ్చటఁ బాండుకుమారులఁ
జెచ్చెరఁ జేరంగఁ జనియెఁ జిత్తం బలరన్ 184

మ. కనె నల్లంతట వేగవంతుఁడు మహాకల్యాణసంధానులన్
మనుజాధీశ్వరులన్ దయాజలధులన్ మాధుర్యసల్లాపులన్
ఘనతేజోమయగాత్రులన్ సుజనులన్ గంభీరులన్ ధీరులన్
వనజాతాయతనేత్రులన్ సుగుణులన్ భాగ్యైకవారాశులన్.

వ. అందు మహనీయతేజోవంతుఁడై భీమార్జున నకుల సహ
దేవ పరివృతుండై ధౌమ్యాదిమును లాశీర్వదింప గీర్వాణ
సేవితుండైనసహస్రాక్షుపగిది నున్న యాయజాతశత్రునిం

కాంత్యుజ్జ్వలచ్ఛరణ రాజీవయుగమునకు మ్రొక్కి లేచి ముకుళితకరకమలుండై యున్న వేగవంతు నాలోకించి యర్హాసనంబున నుండ నియమించి బహుమానంబుగ ని ట్లనియె. 186

క. రామునకు శౌరి కాతని
భామామణులకును వృష్ణిపతులకు నెల్లన్
క్షేమమె గదయ్య చెప్పుమా
మామీఁదను గరుణగలదె మధుమథనునకున్ 187

వ. అనిన వేగవంతుఁడు యుధిష్ఠిరునకు మృదుమధురవాక్యంబుల నిట్లనియె 188

సీ. వసుదేవసూనుండు ద్వారకాపురినుండి
పాండుసూనులమేలు పరఁగ దెలిసి
రమ్మన్న వచ్చితి రాజేంద్ర గుణసాంద్ర
క్షేమమె మీకెల్లఁ జెప్పవయ్య
యనవుడు ధర్మజుఁ డతిముదమ్మొదవంగ
మధుసూదనుని కృపామహిమచేత
నలనాఁడు దుష్టుల నశుభంబు చెందునే
కుశలంబు మాకెల్లఁ గొదువలేదు

తే. తాను దుష్టులఁ బోషింపఁ దల్లిసంత్ర
దైవము సఖుండు బంధుండు త్రాతగాఁడె

వ. అనిన వేగవంతుండు సహస్రాక్షాత్మజున కిట్లనియె. 190

చ. వినుము కిరీటి! శ్రీధరుఁడు విశ్వగురుండు భుజంగశాయి
యున్, ఇనసమతేజుఁ డీశ్వరుఁడు నింద్రసురార్చితపాద
పద్ముఁడున్, ఘననిభగాత్రుఁ డార్తజన కల్మషనాగమృగేం
ద్రుఁ డచ్యుతుం, డనఘుఁడు దేవకీసుతుఁడు యాదవనాయ
కుఁ డంపవచ్చితిన్. 191

వ. అనిన నర్జునుం డిట్లనియె 192

క వచ్చిన వివరం బేదియొ
చెచ్చెఱ వినిపింపవయ్య చెవులుతమిగనన్
బచ్చవిలుకాని జనకుం
డిచ్చటికే లనిపె నిన్ను? నెంతయు వేడ్కన్. 193

వ. అనిన వేగవంతుం డిట్లనియె. 194

క. హరి కెగ్గు చేసి గయుఁడే
మెఱుఁగనివానివలె నేఁడు హితమతితోడన్
మురియుచు నున్నాఁ డిక్కడ
సరగునఁ గృష్ణుకడఁ జేర్పు సరసగుణాఢ్యా! 195

క. ఆగోపాలుఁడు గయునిన్
వేగమె తెమ్మనుచుఁబలికె విజయుఁడ! వినుమా
జాగేల నీవు చేసెద
వాగజవరదుకడ కన్పుమా గయు నింకన్. 196

దలంప నీతియె, యానను జారిబగ్గరకు నంపుమ యీగయు
నిప్డు వేగమే, పోదము నేను నీతఁడును భూధరధారుఁడు
మెచ్చఫల్గునా"! 197

చ అన విని శక్రసూనుఁడు రయంబున నప్పుడు వేగవంతునిన్
గనుఁగొని కౌశికులను గాంతలగోగణవిప్రభామలన్
మునుకొని వంచనల్ సలుపు మూఢులకెక్కుడనై నఁగల్గునే
ఘనతరకీర్తిపుణ్యములు కాలునిచేతిభయంబుదప్పునే? 198

వ. అనిన వేగవంతుం డిట్లనియె. 199

క. హరితోఁ బగ నీకేటికి
మరమునకున్ నిచ్చఁబిలువ దోర్బలశక్తిన్
నరుఁడ! నిలుపంగ నోపవు
సరగున గయు నీయవయ్య చక్రధరునకున్. 200

వ. అని యనేకప్రకారంబులఁ జెప్పిన వినక ధనంజయుండు.

క. నేనేల గయు నొసంగుదు
దానవహారునకును హరుఁడు ధాతయు సురలున్
బూనికఁ బోరికి వచ్చిన
దానికి లొఁక వేగవంత తరలుమ పురికిన్ 202

వ. అనిన వేగవంతుండు ద్వారకాపురంబునకుం బోయి దేవకీ
నందను చరణారవిందంబులకుఁ బ్రణమిల్లి పాండుతనయుల
క్షేమంబును ధర్మరాజు ప్రియభాషణంబులును బురందర

సీ. మదముకన్నులఁ దొట్టి పైఁ బడుచున్నవాఁ
డెదురు తన్నెఱుఁగక వదరినాఁడు
కడు గ్రొవ్వి ఛాగంబు గట్టుతో నెదిరించి
దాఁకినట్లుగ వీఁడు దలఁచినాఁడు
వీని బలంబెంత వీఁ డనఁగా నెంత
వీని శౌర్యంబెంత విస్తరింపఁ
గేసరితో దంతి కెరలిపోరినరీతిఁ
బులితోడఁ గుందేలు పోరినట్లు
తే. గర్వమును బొంది యెఱుఁగక కడఁగి నేఁడు
మాకు నెదురాడుచున్నాఁడు మత్తుఁ డగుమ
నద్రి పరమాణువులయట్లు లరసిచూడ
మత్తకరిదోమవాసియు మాకుఁ దనకు. 204
వ. అని పలికి. 205
క. దూరీకృత రిపుగణు న
క్రూరుని నహిమాంశు తేజు గురుకీర్తిధురున్
వారిధి గంభీరు వరున్
జేరఁగఁ జాఁ బిల్చి కినుక చెలఁగంబలికెను. 206
చ. ఎఱుఁగుదు వీవు నామహిమ నింద్రకుమారుని శౌర్యస్థైర్య
ముల్, ఎఱుఁగుదు వింతనీవిపుడె యిందుల నందుల తార
తమ్యముల్, ఎఱుగుదు పాండురాజసుతుఁ డేటకి నింత
మదించె వేగ నీ, వరిగి కిరీటికిం దెలిపి యాగయునిం గొని
ఎమ్ము నేర్పునన్. 207

జరపెను నొక కొంతసేపు సమ్మదలీలన్. 208

వ. తదనంతరంబ 209

ఉ. వారిజలోచనుండు యదువంశసుధాంబుధి పూర్ణచంద్రుఁ
డుఁ, ధీరుఁడు శూరుఁడుఁ ఘనుఁడు దేవశిఖామణి దీన
భక్తమం, దారుఁడు దైత్యమత్తగజదారుణకేసరి శేష
తల్పుఁడుఁ, నీరద నీలవర్ణుఁడు వినిర్మలగాత్రుఁడు పంప
వచ్చితిన్. 210

తే. అనిన నక్రూరుఁ గనుఁగొని యర్జునుండు
సవమలాత్మకుఁ డై యప్డు ముదముతోడఁ
బంకజాక్షుఁడు నిన్నేల పంపెనిటకుఁ
దెల్పు వేగమ నాకు సుధీవతంస. 211

వ. అని యింద్రతనయుం డడిగిన నక్రూరుం డిట్లనియె. 212

సీ. ద్వారకాపతితోడ వాదంబునీకేల
నతిబలాఢ్యుం డాతఁ డరసిచూడ
నఖిలజగచ్ఛ్రేణి యతనిలోపలనుండు
భావింపఁగాఁ బర బ్రహ్మమాతఁ
డతనితో నెదిరించి యనిమొన నిల్తురే
యజ్ఞభవసురేశ్వరాద్యమరులు
దానవాధీశుల దండింప మదిఁగోరి
హరికృష్ణుఁడై భువి నవతరించె

వక్రబుద్ధిల పడుచు ఘోరపడియు; నవ్వు
హరికిఁ గోపంబు రాకుండ ననుపు గయుని. 213

సీ. మధువిరోధిని నీవు మార్కొనవలదయ్య
తల్లిదండ్రిగురుఁడు దైవమతఁడు
నిగ్రహానుగ్రహ నిపుణుఁ డాతం డగు
నఘటనాఘటనుండు నఘహరుండు
పాలునీళ్లనుగూడి పరఁగియుండినయట్లు
శౌరి నీవునుగూడ సరసమాను
మానవవల్లభ! మఱచిమాధవుతోడ
ఘోరకలహ మిది కోరవలదు
తే. గయుఁడు హరికపరాధియై భయములేక
నీకడకు వచ్చియున్నాఁడు నేఁడు వీనిఁ
జక్రధరుపాలికనుపుము చలముమాని
యనిన నక్రూరుతో ననె నర్జునుండు. 214
ఆ. ప్రాణభయముచేతఁ బరువడియేతెంచి
కావవయ్య నన్నుఁ గావుమనుచు
నడలివేఁడుకొన్న నభయమ్మొసంగితి
గయుని నేలనిత్తుఁ గ్రమముదప్పి. 215
వ. అదియునుంగాక. 216
సీ. శిబియుఁ గావఁడె తొల్లి చేపట్టిపక్షిని
దయతోడ నప్పుడ ధరణిలోన

శరణాగతులనల్ల శత్రులచేతక
నర్పించిరే తొల్లి యవనిపతులు
భూపులప్రతినలు పొల్లుపోవునెయెందు
శిలమీఁద వ్రాఁతలై చెలఁగుచుండు

తే. మమ్ముఁ బా నెట్లు రక్షించె మమతతోడఁ
దనవలనగాదె నేర్చితి ధర్మమరయ
వినుము గుణధుర్య! గంధర్వ విభునినేను
బట్టియిత్తునె? దేవకీ పట్టికిపుడు. 217

క. స్వర్గాధీశుఁడు నిర్జర
వర్గంబును గమలజుండు వరదిక్పాలుల్
భర్గుఁడును గూడి రాఁగ ని
సర్గస్థైర్యమునఁ బోరఁజాలుదు ననిలోన్. 218

క. అని సవ్యసాచిపల్కిన
విని యక్రూరుండుపోయి వినయముతోడన్
వనజాతాయతలోచనుఁ
గని యనె మీయాజ్ఞచేతఁ గవ్వడికడకున్. 219

వ. చని మీ రానతిచ్చిన తెఱంగంతయు విన్నవించితి నతండు
విని మూర్ఖుండై యాడినమాటలు విన్నవించెద నవధరిం
పుము. 220

సీ. వినవయ్య శ్రీకృష్ణ విజయునిమాటలిం
కేమని దెల్పుదు నిపుడు నీకు

గానుగయునిఁజంపఁ దలకొనియున్న నే
నాగయునిం బ్రోతు నవనిలోన
మాటాడి తప్పరు మాన్యరాజన్యులు
కలనైన బొంకరు కల్లగాదు
తే. భాలనేత్రుండు పోరిన భయములేక
గయుని నర్పింప నేమైనఁగాని వేగ
కదలుమక్రూర యాహారికడకు నీవ
టంచుఁ బుత్తెంచెఁ బార్థుఁడో యమలచరిత! 221

వ. అనిన నప్పుండరీకాక్షుండు క్రోధానలదందహ్యమాన
మానసుండై చటులకోపస్ఫూర్తి నిగుడ భ్రుకుటీకృత నిట
లుండై సుభద్రను రావించి యిట్లనియె. 222

తే రమ్ము వినుము సుభద్ర నీరజదళాక్షి!
నీపతికిని దెలియఁజెప్పు నీవెఱయఁ
గాకయున్నను మనబంధు కలహమిపుడు
పుట్టువంశంబు చేటుగా బూవుఁబోఁడి! 223

క అని చెప్పి వీడు కొల్పిన
మనమున భయసంభ్రమములు మఱి యుప్పొంగన్
వనితారత్నము మ్రొక్కెను
తనయన్నపదాబ్జములకుఁ దద్దయుఁ బ్రీతిన్. 224

వ. తదనంతరంబ, 225

పుష్ప[illegible]
చందనము మేన నలఁదెను సంభ్రమమున. 226

సీ. కమనీయనవరత్న ఖచితకంకణములు
హస్తాబ్జయుగమున నమరఁజేర్చి
హారముంజిముత్యాల సరములు మెడనుంచి
ముత్యపు ముంగరల్ మురియనునిచి
మాణిక్య నిర్మిత మంజులతాటంక
ములుకర్ణయుగమున నలవరించి
మగరాలనమరిన మంచియొడ్డాణంబు
కౌనునధరియించి కౌతుకమునఁ

తే. బసిఁడి యందెలు పదములఁ బాదుకొల్పి
కనకరంజిత వస్త్రము కడఁకఁగట్టి
రత్నముద్రికలనువ్రేళ్ల రమణనునిచి
భువనమోహనరూపంబు పొలుపుమీఱ. 227

వ. ఇట్లు శృంగారించుకొని 228

సీ. రమణిపాదంబులు రమ్యప్రవాళముల్
కరికరంబులనేలు తరుణితొడలు
వరనీలములఁగేరు వనజాక్షినూగారు
సకియచన్నులుచక్ర సమతఁదాల్చు
విద్రుమరుచిమించు వెలఁదుకకెమ్మోవి
రాకేందుబింబంబు రమణిమోము

త. పడఁతి పలుకులు శుకపికభాషణములు
గంధసింధుర మదలించు కలికినడలు
చంద్రికాస్ఫూర్తి నిందించుఁ జాననగవు
తరుణి తనుకాంతి గెలుచును మెఱుపుఁదీఁగ. 229

తే. సకియనాసికతోడను సరియుఁగాక
నవ్విమునుకొని తలవంచె నువ్వుపువ్వు
అళినిబాసిన సంపెఁగ యవనిగలిసి
హాలమునను జొచ్చెమఱియు భూతలమునందు. 230

ఆ. తరుణిమోముఁజూచి సరిగాదు దానని
కమలవైరి చేరె గగనసీమ
దర్పణంబుపోయి దాఁగెను సిగ్గుతో
నబ్జకాంతి రేయి నణఁగియుండె. 231

ఆ. భామమోముతోను బ్రతితామరనవచ్చుఁ
గర్కశతవహించి కదళిచనియెఁ
జంచలంబులయ్యె సామజహస్తముల్
పారలుపోయికలిసి శిరమువంచె. 132

ఆ. సకియమోవిచూచి సాటిగాదనిపోయి
యమరసీమనిచ్చె నయ్యమృతము
దొండపండువిరిసెఁ దోయజాననలచేఁ
గట్లుపడెను పగడ గర్వమణఁగ. 238

[illegible]

సారసనాళములశ్రీల జతతా బెళ్లన్. 234

తే. సానదీర్చినకందర్పు శస్త్రమనఁగ
నించిరాత్మజుపట్టపు టేనుఁగనఁగఁ
గమలనాభతనూజుని ఖడ్గమనఁగఁ
బంచశరు బాణమనఁగ సుభద్రయొప్పు. 235

తే. మేటి కేసరిఁదరుమును బోటినడుము
సైకతంబులమించును సకియపిఱుఁదు
లతివనడకలుహంసల నపహసించుఁ
దీఁగమెఱుపులనగునింతి దేహకాంతి. 236

చ. కులికెడు గబ్బిగుబ్బలును గొప్పపిఱుందులు మందయాన
ముల్, జలరుహపత్రనేత్రములు చారుసుధాకరుఁబోలు
వక్త్రముల్, జలధరకాంతిఁ గేరుజెడ చక్కెరమోవియు
ముద్దుపల్కులుల్, సలలితకంబుకంఠమును జక్కని నాసిక
చానకుల్ దగున్. 237

సీ. శంబరారిశరంబు సానబట్టినరాలు
నికరంపురాపాడి నేర్పుతోడ
మిన్నేటినెత్తమ్మి మేదించి లెస్సగాఁ
గాశ్మీరరజముందుఁ గలియఁగ్రుమ్మి
పన్నీరుగంధంబు బలుమాఱు చిలికించి
యదనుతోఁ గ్రక్కునఁ బదనుజేసి

ఆ. గాకయున్నఁగలద యీకన్యకలునైన
నీశరీరకాంతి యీసుగంధ
మీవిలోకనంబు వెలసెడు నీసొంపు
లీగుణంబుచూడ నింతికలరె. 238

వ అని జనులెల్లఁబొగడ రూపరేఖావిలాసంబున నొప్పుచున్న సుభధ్ర యన్నయనుమతంబున సీమంతినీసంఘంబుగొలువఁ బ్రమోదంబునఁ బదియాఱవవన్నె బంగారు పల్లకినెక్కి ద్వైతవనంబునకువచ్చి. 239

సీ. సహకారజంబీరచందనఖర్జూర
పారిజాతాశోకపారిభద్ర
కుంజరాశనతాళమంజులహింతాళ
కురువకమన్మథకోవిదార
భాసురమాలూరపనసపుష్పపలాశ
సారంగపున్నాగనారికేళ
దాడిమీతింత్రిణీద్రాక్షామలకసాల
సప్తపర్ణకపిత్థచంపకాది

తే. సకలతరుసంఘములు సరస్సంఘములును
మహితసురభిళకుసుమముల్ మందగంధ
వాతములచేతఁ జెలఁగు నాద్వైతవనముఁ
జేరెను సుభద్ర కడువేగ చెలువమలర. 240

[illegible]
నవయౌవనశోభితలలనాలలామలు మృగమదకర్పూర
ద్విగుణీకృత ప్రముఖ కలితహస్తాబ్జాంగుష్ఠ నిశితనఖాగ్ర
చ్ఛేదితారుణ నాగవల్లీదళ మూలమృదుపూగ వర్ణమౌక్తిక
చూర్ణసంయుక్త తాంబూలంబులియ్య, మఱికొందఱు
రాజబింబాస్యలు భాసుర నవరత్నకలిత సౌవర్ణదండం
బులఁ బరాబరిసేయ, నొక్క కీరవాణి హెచ్చరికలు
దెలుప, నొక్క గంధగజయాన భాసురరత్న పరిశోభిత
కరయుగంబుఁ గైదండలీయ, హీరమణిఖచిత సౌవర్ణ
పాదుక లోకకోమలి మృదుపాదాబ్జంబులఁ దొడుగ మంద
గమనంబునసున్నత కఠినచారుకుచకుంభభారంబున లేనడు
మసి యాడుచుండ, మాణిక్య తాటంకంబులు చెక్కు
టద్దంబులపై నటింప, చారుశోభితారుణాధర బింబఫలా
పేక్ష సాచీకృత తుండకీరంబు హస్తాగ్రభాగంబునఁ
జెన్నొందుచుండ, వికసిత వదనారవిందంబున నమరు నయ
నేందీవరంబులపై నళినీలాలకంబులు చెదరిన, నఖపాలిం
దువ్వుచు, గమనాయాసజనిత స్వేదకలనస్రస్త కస్తూరీతిల
కంబుఁ గొనవ్రేళఁ దిద్దుచు, మెఱుఁగు పసిండికుండల
చ్ఛాయ విడంబించు పాలిండ్లజాఱిన కొంగు చెఱంగుఁ బెడ
కేల సవరించుచు, సునాసీరోపల జీమూతనిశాశైవలవేణిజ
ఘనంబుల నటింప, నవరత్నఖచితమంజుల మంజీరంబులు
పాదాగ్రంబున ఘల్లుఘల్లున మ్రోయుచుండ వెన్నుని

[illegible]
యింద్రసుతుం డి ట్లనియె. 241

తే. దేవకీదేవికిని వసుదేవునకును
సీరపాణికి యాదవశేఖరునకు
నతని నారీమణులకును హితులకెల్ల
క్షేమమేకద నేటికిఁ జెలియ! చెపుమ 242

వ. అనిన సుభద్ర యి ట్లనియె 243

క. మీరడిగిన వారెల్ల న
పారైశ్వర్యములుగల్గి ప్రమదముతోడన్
ద్వారక నతి సుఖులై యు
న్నారొక్కటఁ గొదువ లేదు నగసమధైర్యా! 244

వ. అని విన్నవించి ముకుళితకరకమలయై సవినయంబుగా
మఱియు ని ట్లనియె. 245

ఉ. శాంతుఁడు భక్తవత్సలుఁడు సారసనేత్రుఁడు ధీరుఁడున్
రమా, కాంతుఁడు తార్క్ష్యకేతనుఁడు కంజభవార్చితపాద
పద్ముఁడున్, దంతికులేంద్రరక్షకుఁడు దైవము కృష్ణుఁడు
నన్నుఁబిల్చి నీ, చెంతకుఁబంపినాఁడు గుణశేఖర! చెప్పదఁ
జిత్తగింపుమా 246

క. నరునకు నీ నేర్పుననా
పరుషోక్తులఁ దెలియఁజెప్పి పాపాత్ముగయున్

మ. వినుశక్రాత్మజ ! రుక్మిణీధవునితోఁ ద్వేషంబు నీకేల నా,
వనజాతాయతలోచనుండు కరుణా వారాశియై మిమ్ము
లన్, ఘనులన్ జేయుట నీవెఱుంగుదు గదా! గంధర్వునిం
బంపుమా, యనుమానింపక కృష్ణుపాలి కిపుడే యత్యంత
మోదంబునన్. 248

సీ. పుండరీకాక్షుండు పోరాని బందుగు
ప్రాణాస్పదుఁడు నీకుఁ బ్రాణనాథ!
ఆపదబ్ధిఁదరింప నక్షయమగునావ
చెలువుఁడు నీబావ జీవితేశ!
కలనైన మఱువఁడు కరుణాకటాక్షంబు
నీమీఁద స్నేహంబు నెఱపుచుండు
నతని చెంతను నీవె యఖిలారి వీరుల
సమయంగఁ జేసితి సాహసమున

తే. పెరటిచెట్టట్టులుండును బృథ్విలోన
నేరికైనఁ జులకనఁగా దెంచిచూడ
నెక్కుడిగయుండ దేయూర దేడిత్రోవ
యింతచలమేల వలదయ్య యింద్రతనయ! 249

సీ. వినుముపాలిండ్లను విషమూని యేతెంచి
చన్నిచ్చుపూతన సమయఁజేసి
బలువేగమునవచ్చు బండిరక్కసుఁబట్టి
మించువేగమున ఖండించివైచి

అల్లఁ టనుగట్టి దర్పంబుతో ఁడుత
బలుమద్దిచెట్టుల నిలనుగూల్చి
తే. కినిసి కాళింగు గర్వంబు గీటడంచి
ధేనుకాసురచాణూర తేజమణఁచి
యట్టె కంసునిమాయలు మట్టుపఱచి
బాలలీలల విహరించెఁ బ్రబలుఁ డగుచు. 250

మ. కరుణాసాగరుఁ డార్తపోషకుఁడు పక్షధ్వంసిమిత్రుండు
భా, స్కరచంద్రాక్షుఁడు శత్రుసంహారుఁడు శక్రస్తోత్ర
పాత్రుండుభా, సురనీలాభ్రశరీరుఁ డచ్యుతుఁడు విష్ణుండ
వ్యయుం డీశుఁ డీ, ధరణీభారము మాన్పఁగా వెలసె నే త
న్మాత్రుఁడేమాడఁగన్. 251

ఆ. బావమఱఁదులకును బద్ధవైరంబులు
గోత్రజులకునెల్ల మైత్రిగుణము
గలుగదండ్రు బుధులు కలలోన నైననీ
కింతచలముతగునె యింద్రతనయ. 252

క. మీదాయాదులె యీసం
వాదంబును విన్నవెన్క వారిమనముల౯
మోదం బేమనవచ్చును
మీఁదట వివరంబెఱుంగ మీలో మీకున్. 253

క. కౌరవపతికి౯ మీకును
నారనివైరంబుపొసఁగు నది యడఁగుటకై

సీ. శ్రుతులబ్జభవునకు సొంపుతోడుతనిచ్చె
సుధనిర్జరులకిచ్చె సొబగుమీర
భూమినిబోకుండ పొసగంగ నిల్పెను
రాక్షసబాలుని రమణఁగాచె
నిలనుమూఁడడుగుల నెలమితోడుతఁదెచ్చె
క్షత్రియకోటుల సమయఁజేసె
భవునిచాపముఁద్రుంచె బలభద్రుఁడైమించె
ధరణిబుద్ధుండునై తనరుమిగుల
ఆ. నసురపతులఁగూల్చి యమరులరక్షించెఁ
బెక్కురక్కసులను పేచమణఁచె
ద్రుపదపుత్రిసిగ్గు తొలఁగకుండనుగాచె
నింతమహిమనీవు నేది? చెపుమ! 255

తే. శౌరి నసుఁజూచి నిసుఁగాచె సవ్యసాచి
యతనిదృష్టికి నీవెంత యరసిచూడఁ
గులిశధారను నోపునే కుధరచయము
సింహమెదుటను నిల్చునే సింధురంబు. 256

సీ. నామాట వినవయ్య నాప్రాణనాయక!
కోపంబు వలదయ్య గుణగణాఢ్య!
వారితో మిత్రుఁడై రారాజుపోరిన
రణముసేయగ లేవు దయముతోడ

ధర్మపరులుమీరు దారుణాటవులఁ [illegible]న
మెలఁగుచు నున్నారు ఫలము లేక
తే. జలజనేత్రుండు వారల గలిసిననగు
గోరుచుట్టుపై రోకటఁ గ్రుమ్మినట్లు
వలదుహరితోడ వైరంబు చెలఁగి మైత్రి
చేయశాత్రవ నాశంబుఁ జేకురుసుము. 257

క. నావచనము విని గయునిఁ
భావజగురు కడకుఁబంపు బహుమోదముతో
నీవాఁడై కృష్ణుండీ
భూవలయము మీకొసంగు భూరివివేకా! 258

సీ. తనయింట పాయస మనువొందగానుండఁ
బొరుగింట బిచ్చంబుఁ బొందునట్లు
కల్పవృక్షఫలంబు గరమర్థి వదలివే
జీడిపండునకు నాశించినట్లు
కామధేనువు పాఁడి కడఁజేసి యటపోయి
మేకపాఁడికిరాను మెలఁగినట్లు
బుధులతో స్నేహంబు పొందుగాదనివీడి
క్రూరచిత్తుల పొందు గోరినట్లు
తే. కలితచింతామణి విడిచి గవ్వగొనెడి
గతిని రాధికాభర్తసంగతిని విడిచి

ఆ పద్మనాభు భజన పరిహరించిన వాఁడు
జయము నెందుఁ గొనఁడు సత్యమరయ
హరిని నమ్మువాని కాపదల్ పొరయవు
గయునివిడిచి మనుట కరము లెస్స. 260

క. హరితోడఁ బోరి బ్రతికిన
నృపతులును విబుధయక్ష నాథులు గలరా!
పరికించి చూడుమిలలో
ధరణీధరవైరి తనయ తడయకనుపుమా. 261

ఆ. ఇంటిదీపమనుచు నెవసిన ప్రేమతో
ముద్దులాడవాని మూతిగాలు
మేనబావ యనుచు మొండొడ్డి యున్నావు
గయుని నియ్యకున్నఁ గావఁ డతఁడు. 262

ఆ. ఆఁడుదాని మాట పాడిగాదనుచు నీ
వాడవలదు నమ్మి యమల చరిత!
గయునికొఱకు నీవు కంసారితోడను
బోరుజయము గొనవు పుణ్యచరిత! 263

తే. పాండుభూపాలు సంతతి పరఁగనిపుడు
నెగడనియ్యవు గాఁబోలు జగతిలోన
హరికిఁ బగవాఁడవైతివే నతఁడు మిమ్ముఁ
బ్రాణములతోడఁ బోనీఁడు ప్రధనమునను. 264

[illegible]
యనిమిషపతి సుతుఁడుపల్కె నంగనతోడన్. 265

తే. తరుణి నీమాట లెల్లను దథ్యమరయ
హరికిగయుఁ డెగ్గుచేయుట నదియెఱుంగఁ
బ్రాణభయమున వచ్చితిఁ బాండుతనయ!
యభయ మిమ్మని వేఁడిన నభయ మిడితి. 266

ఆ. గొల్లదొడ్డె నున్న గోవును పట్టిచ్చు
టంతకన్న హాని యవని గలదె
యేమిసేతు నింక నేలాగు బొంకుదు
మించియభయ విడితి చంచలాక్షి! 267

మ ఘనుఁడా కృష్ణుఁడు దుష్టసంహరుఁడు శక్రస్తోత్రపాత్రుం
డు జీ, వనజాతాయత పత్రనేత్రుఁడు విపద్వారాశి కౌర్వా
నలుం, డనఘుం డాఢ్యుఁడు భక్తపోషకుఁడు బ్రహ్మాదిత్య
సంసేవ్యుఁడౌ, దనుజధ్వంసిని మార్కొనంగ వశమా తన్వీ
శిరో రత్నమా! 268

సీ. పద్మాక్షుతోఁ బోర భావ్యంబు గాదని
గయునెట్లు పట్టిత్తుఁ గ్రమము తప్పి
నమ్మించి చెఱచెను నరుఁడెంత ద్రోహియో
యనినను రోయరే యవనిజనులు
ప్రాయిఁబోనాడినేఁ బట్టియ్యఁగా రాద
దిచ్చిన బాపం బదేలదప్పు

తే. ఇంత కార్యంబు గలుగుట యెఱుంగ
జంకు మదిఁగొని గంధర్వు శౌరికీయఁ
బలికిఁబొంకను భాలాక్షు పాదమాన
తెలుపు మీమాట శౌరితోఁ దేటపడఁగ. 269

ఉ. శ్రీపతి లోకరక్షకుఁడు జీవనతప్తహిమాంశునేత్రుఁడున్
దాపసయజ్ఞపోషకుఁడు దర్పకవైరిమదేభసింహుఁడున్
బాపవిదూరుఁ డచ్యుతుఁడు పన్నగశేఖరతల్పుఁ డీశుఁడున్
గోపవధూమనోహరుఁడు కోమలి! యాతని నెన్న శక్యమే?

ఆ. అతనికన్న ఘనులు క్షితిని జూచిన లేరు
సములు లే రతనికి జగతిలోన
నతఁడు లోకవంద్యుఁ డక్షీణ శౌర్యుఁడౌ
నతని గెలువఁగలఁడె యబల! హరుఁడు. 271

సీ. నామాట మదినుంచు నలినాక్షు! చెప్పెద
భయమంది విడువను గయుని నేను
గంసారితోఁ బోరి కడతేర్చి వచ్చినఁ
గలుగును గీర్తులే క్ష్మాతలమున
నతనిచే నీల్గిన నప్పుడ కైలాస
పదవిచక్కఁగఁగల్గు ముదముతోడ
శరణుఁ జొచ్చినవారి శత్రుల కిచ్చుట
క్షత్రియ ధర్మమే జగతిలోన

[illegible]

ననిన నర్జునుఁ గనుఁగొని యబల యనియె. 272

సీ. అనలంబు చేరువ వనజంబు నిల్చునే
హరిచెంత నిల్చునే కరివరంబు?
గరుడుని చెంగట నురగంబు నిల్చునే?
తిమిరంబు నిల్చునే ద్యుమణి యొద్ద?
గోత్రంబు నిల్చునే కులిశంబు పట్టునఁ
గాకంబు నిల్చునే కేకిపజ్జ?
బడబానలంబందుఁ బాథోధి యింకదే?
యావులు నిల్చునే వ్యాఘ్రముకడ

తే. నెదుటిబలమును నీబల మెఱుఁగకీవె
యింతచలమును బూనితి విచ్చిగయుని
రుక్మిణీపతి నీవును రూఢిమెఱయ
నేకమై ధరనెల్లను నేలు నలమి. 273

వ. అనిన విని సునాసీరసూనుండు కించిత్కోపంబున మురారి
సహోదరిం గాంచి యిట్లనియె. 274

తే. తమ్మిచూలియుఁ జేజేలుఁ దగిలినడుమఁ
గొండరాచూలి పెనిమి[illegible] కుధరవైరి
యిచటకే తేర భయమంది యీయుగ ముని
వట్టియడియాస నీకేల వలదు పొమ్ము. 275

బాష్పమున మాట వినుటకుఁ బొసఁగ దింక
ననినఁ గవ్వడి వీక్షించి యబల యనియె. 276

వ. వినుము మహానుభావా! సర్వంబు నీకు విన్నవించితి, కోపం బుపశమింపుము. సర్వజ్ఞుండవు నీ వెఱుంగని నీతి యునుం గలదె మీరును కృష్ణుండు నిరువురు నరనారాయణులరై భూభారంబు మాన్ప నవతరించినారు. దుష్టనిగ్రహ శిష్టపరిపాలనంబులనుం గర్తలు. కృష్ణుండు నీవనియెడి భేదంబు లేదు. ఈదుష్టవర్తనుం డైనగయుండు హరి కెగ్గు సేయుట కాదె సంతయుండయ్యె. మహానుభావా! యనిన నతి వనవలోకించి మందస్మిత సుందరవదనారవిందుం డగుచు నింద్రజుం డిట్లనియె. 277

మ. హిమశైలాత్మజ వల్లభుండు హరితో నేతెంచి వారెవ్వరా
మాని సేసినను శ్రీశుఁగూడి బం దైత్యధ్వంసి తావచ్చినన్
సమరోర్విన్ వెనుదీసి పోదునె సుమీ చంద్రాస్య! యీ
మాటనుం, బ్రమథనాధీశుండు సాక్షి మాధవునకున్ బట్టీయ
గంధస్పృశన్. 278

వ. అనిన విని దేవకాంతయు తన ప్రాణవల్లభుని పాదంబులకు నమస్కరించి పోయివచ్చుట జగద్గురుం డైన శ్రీకృష్ణున కేనని విన్నవింతు నానతిమ్మనిన వాస్తోష్పతి నందనుం డిట్లనియె. 279

[illegible]
ననియు శ్రీకృష్ణునకుఁ దెల్పు మబ్జవదన! 280

వ. తదనంతరంబ సుభద్ర పతి యనుజ్ఞవడసి బంగారుపల్లకి
నెక్కి సఖీజనంబులు గొల్వ వెన్నుని కడకేగి హరిపదకమ
లంబులకు మ్రొక్కి ముకుళితకరకమలయై యిట్లని
స్తుతించె. 281

ధృతివిలోచనము. నళినలోచన! నారదసన్నుత!
జలజభూనుత ! శక్రసురార్చిత !
కలుషసంహార ! ఖండితదానవ !
బలవిభేధన! పాలన! కేశవ ! 282

వ. అని స్తుతియించి. 283

ఉ. వారిజనాభ! నీవనుప వాసవనందనుఁ డున్న చోటికిన్
జేరి హిమాద్రిధైర్యునకుఁ జెప్పితిబుద్ధులు పెక్కురీతులన్
భూరిదయాబ్ధి! యాఘనుని బుద్ధికి నేవిధి నెంచిచూడ నీ
ధారణఁబాండుసూనులకు డాపునుదండయు నీవె శ్రీహరీ!

ఆ. ప్రాణమైననిత్తుఁ బద్మాక్షునకు నేఁడు
గయుని నియ్యనేను గ్రమముదప్పి
యనుచు ప్రతినచేసి యచలత నున్నాఁడు
చలముగల్గి యతఁడు చక్రహస్త! 285

తే. అతనికీర్తియు నీకీర్తి యరసిచూడ
నతనిప్రతినయె చెల్లింపు మనఘచరిత

సీ. నీదయారసముచే నీలకంఠునిచేతఁ
బాశుపతము దెచ్చెఁ బరమపురుష!
నీకృపాదృష్టిచే నిఖిలలోకములందు
జయము చేకొనెనయ్య చక్రహస్త!
నీమహామహిమను భూమీశ్వరులచేతఁ
గప్పముల్ గైకొనెఁ గమలనాభ!
నీత్రాణచేతనే నిర్జరేంద్రునివనం
బగ్గి కాహుతిఁజేసె నంబుజాక్ష!
తే. కమలగంధర్వులను గెల్చె సదయహృదయ!
చిత్రరథు గెల్చె శుభ్రాంశు మిత్రనేత్ర!
భూరిశస్త్రాస్త్ర కుశలుండు భువనవంద్య
యింద్రసుతుఁడు సామాన్యుఁడే! యిందిరేశ! 287

సీ. పార్థుండు శస్త్రాస్త్ర పాణియై నిల్చిన
బ్రహ్మాదిసురలకు భయముపుట్టుఁ
గగనభూమిని నున్న గడగడ వణఁకుచు
శరణని వచ్చును శత్రుసమితి
యెదిరించి వచ్చిన మదమణఁగించును
గరుడగంధర్వాది ఘనులనైన
శివుని మెప్పించెను సిద్ధసాధ్యుల నెల్ల
నవలీల గెల్చె క్షణాంతరమున

సత్యశీలంబు స్థైర్యంబు సాహసంబు
చెల్లునతనికి నీసుండి శేషశయన! 288

క. ధారణిలో నర్జునుఁడను
భూరుహమును బెంచినావు భూమిని వెలస
త్కారుణ్యామృతరసమున
నారాయణ! తునిమివైవ న్యాయమెదానిన్ ? 289

వ. అనిన సహోదరింజూచి హరి యిట్లనియె. 290

తే. చాలునోయమ్మ! నీపతి సాహసంబ
దెంతసెప్పెద విక్కడ వింతగాను
నయభయమ్ముల నొకకొన్ని యగ్గలించి
ధవుని ప్రతినయు చెల్లింపఁ దలఁచినావు. 291

ఆ. మగలమీఁదఁబ్రేమ మగువల కెల్లను
గలిగియుండు నిజము కల్లగాదు
తల్లిదండ్రి యన్న దమ్ముల మీఁదను
మెండుకూర్మి లేదు మెలఁతలకును 292

సీ. నినుఁజూచి తాళితి నెనరున నిందాఁక
నీచక్రధారచే నింద్రతనయు
తలఁద్రుంచివైతు నీధరణీతలంబునఁ
బావకునకు నెంత పరఁగఁదృణము?

కంఠీరవమునకు గంధేభ మదియెంత?
గౌరీశు దృష్టికిఁ గాముఁడెంత?
తే. తన ప్రతినయెంత తానెంత? తనదు శౌర్య
సాహసములెంత? బలమది దలఁపనెంత?
నాకుఁ దనకును రణమగు నలిననేత్ర
చింతనీకేల శుద్ధాంత సీమకరుగు. 293
వ. అనిన సుభద్ర సఖిజనంబులతో నంతఃపురికరిగెఁ దదనంత
రంబ 294
తే. సత్యసంధుండు ధీరుండు సాహసుండు
నియమపాలన సుగుణుండు నిర్మలుండు
పుణ్యచరితుండు సద్బంధు పోషకుండు
నైన సాత్యకి హరిఁగని యనియె నపుడు. 295
క. ఓ యదువంశోత్తమ నా
రాయణ వైకుంఠవాస రవిశశినయనా
న్యాయైకపాల విజయుని
న్యాయము తెగఁజూడ మీకు నపకీర్తి సుమీ. 296
సీ. పద్మాక్ష వినవయ్య పాండుకుమారులు
మేనత్తవ బంధులు మనకువారు
వారలలోపల వాసవాత్మజు నీవు
పెంచితి ఎక్కుడి ప్రేమమలర

గౌరశు మించను గార్ముక విద్యచేఁ
గలహంబు భావ్యమే కదిసి యిపుడు

ఆ. చంపరాని పగను సాధింపగా రాదు
నీకుఁ దెలియనట్టి నీతిగలదె
యతఁడు మూర్ఖుఁడైననాతని ప్రతినను
దీర్పుమనిన ననియె దివిజసుతుఁడు. 297

మ. సమరోల్లాసుఁడు శత్రుసంహరుఁడు భాస్వచ్చాపశస్త్రాస్త్రుఁ
డుఁ, బ్రమథాధీశుఁడు మెచ్చఁబోరు ఘనుఁడుఁ బాథోధి
గంభీరుఁడుఁ, విమలాంభోధి సుధాంసుహారయశుఁడుఁ
వీరాహీనాగారి యా, యమరేంద్రాత్మజు గెల్వలేరు
త్రిదశేంద్రాదుల్ మఱిఁ వచ్చినన్. 298

తే. ఇంతవాఁడని యెఱుగుదు నింద్రసుతుని
నేఁడు ప్రతినయు విడుచుట నీతికాదు
పార్థునని గెల్చి గంధర్వుఁ బట్టితెత్తు
నఖిలయాదవులను గూర్పు మతిరయమున. 299

క. అని కృష్ణుఁ డానతిచ్చిన
విని సాత్యకి సైనికులను వీరులనెల్లఁ
గనుఁగొని వారలకెల్లను
వనజోదరుఁ డాడినట్టి వచనము పేర్మిన్. 300

వ. అప్పు డెఱింగింప నయ్యాదువృష్ణిభోజాంధకవీరవరులు పాశ,
తోమర, భిండివాల, పట్టిస, గదా, కుంత, పరిఘు, కణయ,

[illegible]
ఘనరథబృందంబులతోఁ గూడి లెక్కకు మిక్కుటం బైన
మహాయోధవరులు యుద్ధసన్నద్ధులై యుండిరని చెప్పిన

క. హరిపదసేవాసక్తులు
పరమమునులు సూతుఁ జూచి బహుమోదముతోఁ
బరికింపఁగ నెట్లయ్యెను
తరువాతి కథావిధులను దడయక చెపుమా. 302

ఉ. నరసింహాచ్యుత కృష్ణ కేశవ హరీ నారాయణానంత భా
సురనీలాంబుద చారుగాత్ర సుగుణా శుభ్రాంశుకోటిప్రభా
యరవిందాక్ష సురాధినాథ వినుతా యక్షీణశౌర్యోన్నతా
స్థిరకారుణ్యపయోనిధీ శుభకరా శ్రీగారుడాధీశ్వరా.

క. సలలిత సారసుధాకర
సలిలధరశ్యామగాత్ర సారసనేత్రా
నలినభవ సన్నుతమహా
బిళగిరి వరమందిరేశ భీమస్తుత్యా. 304

తోటకవృత్తము. కమలారమణీనుత కంసహరా!
యమరార్చిత పాదయుగాద్రిధరా!
విమలాంబుజలోచన విశ్వపతీ!
సముదాహత దానవ చక్రధరా. 305

మాలిని. సరసిజదళనేత్రా సామజస్తోత్రపాత్రా
నిరుపమహరమిత్రా నీరదస్తోమగాత్రా

నరమృగవరరూపా నాగరాజైకతల్పా
వరగరుడగిరీశా వారిజాప్తప్రకాశా. 306

గద్య. ఇది శ్రీమదహోబళేశ్వర కరుణాకటాక్షవీక్షణ ప్రవర్ధమానవైభవ తిమ్మనమంత్రితనూభవ సరససాహిత్య రామనామాత్యప్రణీతం బైనకృష్ణార్జునసంవాదం బనునామాంతరంబుగల గయోపాఖ్యానం బనుమహాప్రబంధంబునందుఁ బ్రథమాశ్వాసము.

ద్వితీయాశ్వాసము.

కామినీమనోహార!
శ్రీకంఠసతీసుతాఖ్యా! శ్రితజనపోషా!
రాకేందు తరణిలోచన!
శ్రీకరనరసింహశైల! శ్రీ నరసింహా! 1

వ. అవధరింపుము శౌనకాదిమహామునీంద్రులకు సూతుండు పరమహర్షసమేతుం డై చెప్ప నట్లు కృష్ణార్జునులయుద్ధసమయంబున. 2

సీ. నిరుపమతపనీయ నిర్మితభవనముల్
తోయధిగంభీర ఖేయములును
వైఢూర్యకాంతుల చారుసౌధంబులు
మగరాల నమరిన మండపములు
సకలసంపదలతో సంతుష్టులై యున్న
సజ్జనగృహమేధి సంఘములును
ద్విజరాజరాజన్య వివిధవైశ్యోత్తముల్
మఱియు నాలవజాతి మనుజతతియు

కాంచనస్యందనములును గలిగియున్న
హస్తినాపురవైభవం బవనిలోన 3

క. ఆనగరమేలు ధీరుఁడు
భూనాయక శేఖరుండు పుణ్యుండును సు
జ్ఞానియు ధృతరాష్ట్రాఖ్యుఁడు
భానుప్రభుఁ డగుచు వెలఁగు బంధురకీర్తిన్. 4

వ. ఆరాజశేఖరుం డొక్కనాఁడు సకలభూషణాలంకృతుం డై కాంచనరత్నఖచితసింహాసనాసీనుం డై ప్రమోదచిత్తుం డగుచుఁ గృపద్రోణాచార్యభీష్మాదిసభాసదులును, దుర్యోధనాదికుమారవర్గంబును వీరభటసమూహంబులునుగొల్వఁ గొలువున్న సమయంబున. 5

సీ. ఘనసారశరదిందు కమనీయతను కాంతి
దిక్కుల నెల్లను బిక్కటిల్ల
రహివుట్ట సప్తస్వరములరాల్ గరగించు
మహతియు దనచేత నమరుచుండ
నిర్జరవాహినీ నీరముల్ నించిన
జలపాత్ర కరమునఁ జెలఁగుచుండ
నష్టాక్షరీమంత్ర మాత్మలో నెన్నుచు
నక్షమాలిక కేల నమరుచుండ

తే. సత్యవచనుండు మునివంశచక్రవర్తి
నలినసంభవసూనుండు నారదుండు

వ. ఇట్లు వచ్చిన నారదమునీంద్రునకు సవినయంబుగా విధ్యుక్త
ప్రకారంబున నాసనార్ఘ్యాదులొసంగ సుఖాసీనుం డై
యమ్మహాముని విచిత్రవీర్యాత్మజున కిట్లనియె 7

సీ. ఏ రాజునకుఁగల రిట్టి తనూభవు
లసహాయశూరులు నమితబలులు
ఏ రాజునకుఁగల వెన్న శక్యముగాని
సమరవీరభటాది సముదయములు
ఏ రాజునకుఁగల రీమంత్రిసామంతు
లమరగురుసమాను లధికయశులు
ఏ రాజునకుఁగల రీధనురాచార్య
రాధేయ భీష్మాది రథికవరులు

తే. వినుము కౌరవరాజేంద్ర విపులచరిత
ముఖ్యవిభవంబు చేకొంటి మోదమలర
నేడు నేత్రోత్సవం బయ్యె నృపవరేణ్య
సరసగుణధామ ధృతరాష్ట్ర సార్వభౌమ 8

తే. వినుము ధృతరాష్ట్ర రాజేంద్ర విమలచరిత
పాండుపుత్రుల గెలువనిక్కై భండనమునఁ
గూల్ప యాదవసేనలఁ గూర్చె శౌరి
యుద్ధిమాన్పంగ శక్యమే యెరికైన. 9

వ. అనిన సురమునికి ధృతరాష్ట్ర ధరారమణుం డిట్లనియె. 10

నాకు నెఱింగింపు మిందు నారదమౌనీ. 11

వ. అనిన నారదమునీంద్రుం డి ట్లనియె 12

ఉ. పారసనాథుఁడల్గి గయుఁ జంపెద నంచుఁ బ్రతిజ్ఞ చేసినన్
భూరిభయాతురుండగుచు భూవర వచ్చెను నేం బ్రభూతినిం
జేరి భయంబుఁ బాపి నృపశేఖర కాపు మటన్నఁ గాచినన్
ధారణిఁ గృష్ణజిష్ణులకుఁ బద్ధయువైరము గల్గెనేటికిన్. 13

క. కావున మీరు సహాయము
పోవలయు ధనంజయునకు భూరిబలంబుల్
వేవేగఁ గూర్చి పనుపుము
భూవర యని చెప్పి మౌని పుంగవుఁ డరిగెన్. 14

వ. అంత విచిత్రవీర్యాత్మజుం డమ్మునిమాటల కడుచెంది భీష్మాదియోధాగ్రేసరుల వేర్పాటఁ బిలిపించి యి ట్లనియె.

సీ. సురముని మాటలు చోద్యమై యున్నవి
వింటిరే మీరెల్ల విశదముగను
వసుదేవ సుతునకు వాసవాత్మజునకుఁ
గలహంబు గలిగెను దలఁపనరుదు
అనవుడు ధృతరాష్ట్రుఁ గనుఁగొని మందాకి
నీసుతుఁ డప్పుడు నేర్పుతోడ
నరనాథ మృషగాదు నారదువాక్యంబు
సందియం బేటికి సచ్చరిత్ర

గాన మీరు సహాయంబు గాఁ జనఁదగు
శ్వేతవాహనునకు వేగ భూతలేశ. 16

తే. చిత్రవాహను చేతికిఁ జిక్కియున్న
యప్పుడే గంధర్వునిఁ గెల్చి యాహవమున
నీకుమారుని విడిపించె నిముసమునను
వాని నీవును బగవానిగాను నుష్టు. 17

వ. కావున నర్జునునకు సహాయంబు గావలయునని భీష్మాదులు
ధృతరాష్ట్రమహీశునకుం జెప్పిన నతండును సమ్మోద
చిత్తుండై యూపగానయాదియోధాగ్రేసరులకు సుర్యో
ధనాదిపుత్రశతంబునకు సెలవిచ్చిన తదనంతరంబ. 18

సీ. మీనముల్ వ్రేస్సిన మొల్లమ చేటుమ
నలుమొప్పఁ జిలునవ్వు నవ్వినేఁడు
పూఁచిన సకులోత్త సుసునాన స్థలియించె
సమయు నా కొష్మరు వెదకిమాడఁ
పాండవేయులు నేఁసు బయఁగంగ నొక్కలై
యుపష్యను సణఁగింపు సాహసమున
గూల్చెఁ విష్ణుఁ గుంతితనూజుల
నటమీఁదఁ గొనియు వనసిమెల్ల

తే. తంపి యొక్కింతయును లేక తాక్ష్యపముగ
సుర్వనేలక సనిమ సూంహాచేసె

వ. మఱియు భీష్మద్రోణకృపాచార్యాదియోధాగ్రేసరులును, గర్ణశకునులును, సహోదరులును, మగధ, మళయాళ, బర్బర, కురు, కళింగ, త్రిగర్త, కొంకణ, ఔంకట, కోసల, కరూశ, శూరసేన, సుధేష్ణ, సాళ్వ, యవన, యుగంధ రాంధ్ర, సౌరాష్ట్ర, పాండ్య, పుళింద, చోళ, చేది, మరాట, మహారాష్ట్ర, గౌ, ళాంగ, వంగ, కర్నాట, దాశార్ణ, ద్రవిడ, విదర్భ, విదేహ, నిరాట, కరహాట, చోళబాహ్లిక, బహుదాన, కిరాతక, కేకయా, వంతికా, కుంతల, ఘూర్జర, కేరళ, కాంభోజ, గాంధార, కాశ్మీ రాదులగు ఛప్పన్న దేశాధీశ్వరులును దోడనడువ కాహళ శంఖాదిరవంబులు బిట్టు మ్రోయుచుండ వేదండపురంబు వెడలె నంత. 20

సీ. చిలుకతెక్కలచాయి గలిగిన యశ్వముల్
సకలాస్త్రవరవస్త్ర సంఘములును
గంధవాహాశన ఘనపతాకంబును
గల్గినమహనీయ కనకరథము
సారథి దెచ్చిన సరవితోడుత నెక్కి
ప్రథమాద్రిపైనున్న భానుఁ డనఁగఁ
దమ్ములు కోదండ ధారులై వేడుకఁ
దనవెనువెంటను దగిలి రాఁగ

[illegible]
రాజరాజగు ధృతరాష్ట్రరాజసుతుఁడు. 21

క. ఆరాజు వచ్చెనని దమ
వారలు విన్నపముసేయ వడిధర్మజుఁడున్
మాఁగుతియున్ మాద్రేయులుఁ
గౌరవపతి కెదురుచనిరి గౌరవమలరన్. 22

తే. పాండవాగ్రజు శ్రీపాదపద్మములకు
వందనము చేసె ధృతరాష్ట్రనందనుండు
ధర్మతనయుండు నారాజు పేర్మి త్రోడ
కౌఁగిటనుజేర్చె సంతోషకలితుఁ డగుచు. 23

వ. తక్కినపాండవులందఱుఁ దమతమ తారతమ్యంబు లెఱింగి
వందనాలింగనముల సలిపి రప్పుడు. 24

క. సుర నిమ్నగాత్మజునకున్
గురునకు ధర్మజుఁడు మ్రొక్కి కురుపతితోడన్
వరసింహాసనముల పైఁ
బరువడిఁ గూర్చుండిరపుడు ప్రమదంబలరన్. 25

వ. గురుకృపాశ్వత్థామ భీష్మధృతరాష్ట్రానుజులును భీమార్జున
నకుల సహదేవులును సకలదేశాధీశ్వరులంగూడి వాస్తో
ష్పతిచందంబున వెలుంగుచుఁ గుంతీకుమారాగ్రణి గాం
ధారి సుతాగ్రణి కిట్లనియె. 26

శ్రుతులకు [illegible]
నతిశయ సంతోషమే కదా మానధనా ! 27

క. అని ధర్మతనయుఁ డాడిన
విని యాదుర్యోధనుండు వినయముతోడన్
జనపతి మొకలుగ నండఱు
మనవారికి శుభమె సుమ్ము మనుజాధీశా ! 28

వ. అనిన గాంధారేయునకు శమనతనయుం డిట్లనియె 29

క. ఉన్నార మీవనమున మ
హోన్నతి నాపదలు లేక సుభుజశక్తిన్
అన్నా ! యేమని చెప్పుదు
వెన్నుఁడు మామీఁదనలిగె విపరీతముగాన్. 30

చ. అడవులపాలు గాఁజనిరి యచ్చటమాధవుఁ డగ్గె వారిపై
గొడవిడియేల మాకనఁ గొబ్బున వచ్చి పీడ యీడకుం
బుడమిని గల్గుభూపతుల భూరిబలాఢ్యుల ద్రోణభీష్ములం
దడయక వెంటఁబెట్టుకొని తద్దయు వేఁడుక నోసుయోధనా!

ఉ. ధారణి గోత్రసంభవులు తద్దయుఁ దేజము గల్గియుండినన్
ఓరువలేక చూచి మది నూరకనుండుచునుందు రెప్పుడున్
జేరువ నీటిలోఁబడినఁ జేయివొసంగెడి వారికై వడిన్
ధీరతవచ్చినాపు కులదీపక సద్గుణ భూరిభూషణా. 32

క. బలహీనుల మైనామని
తలఁపకమదిఁ గరుణమూని తద్దయు భీష్మా

క. ఆపదఁ బుట్టిన వేళను
బ్రాపసులై వచ్చువారు బంధువులరయన్
నీపాటివాఁడు గలఁడా!
యేపట్టున వెదకిఁజూడ నిలలో నెల్లన్. 34

క. అని ధర్మతనయుఁ డాడిన
విని దుర్యోధనుండు వినయముతోడన్
జననాథాగ్రణి! యాపద
విని యూరకయుండ నేను వెఱ్ఱినె చెపుమా. 35

క. మా కొక యాపదపుట్టినఁ
బ్రకటముగ విడిచిగాఁగ భావ్యము వలఁపన్
మీహితము ఘటింప లేనే
చేకొని చిత్రితముతోడ తుతికలనాథా. 36

వ. అని యిట్లు ధర్మజదుర్యోధనులు పలుతెఱంగుల నిష్ఠా
లాపంబు లాడుచుండి రంత నక్కడ. 37

క. జలధినిభాంగుఁడు నీరజ
దళనేత్రుఁడు శ్రీకరుఁ డుదారుఁడు తపనో
జ్జ్వలతేజుండగు కృష్ణుఁడు
బలములఁగూర్చుకొని వేగ తాఁ దరలుటయున్. 38

తే. పవనవేగంబుఁ జే మించి పరఁగుచున్న
శైబ్యసుగ్రీవమేఘపుష్పకవలాహ
కములనెడు ఘోటకంబుల నమరితనరు
జాతరూపరథంబెక్కె చక్రధరుఁడు. 39

సకలశస్త్రాస్త్రములుపూని చక్రధరుడు
కదలెబలములతోఁగూడి కదనమునకు. 40

కైవారగద్య:—"జయజయ దేవకీగర్భసుధాబ్ధి సంపూర్ణసుధాకరా! జయజయ యశోదానందరత్నాకరా! జయజయ యదువృష్ణికులసార్వభౌమా! జయజయ ద్వారకాపురనివాసా! జయజయ బ్రహ్మేంద్రాది సమస్తసురముని పూజిత చరణారవింద! జయజయ కుటిలదైతేయపుట భేద మహీరుహ వైశ్వానరా! జయజయ సమరోర్విజిత శాత్రవ! జయజయ దేవదేవ! జయభక్తజనకలుషాబ్ధిబడబానల! జయజయ కలుషసంహారకా! జయజయ సర్వలోకనాయకా! జయజయదానవగర్వాపహారీ! జయజయ రుక్మిణీమనఃప్రియ! జయజయ కృపావిధేయా! జయజయ మన్మథోద్భవాధార! జయజయానంత భాస్కరసంకాశా! జయజయ దుష్టనిశాచర మనోభయంకర! జయజయ సకలదిగంతవిశ్రాంత యశోభార! జయజయ రుక్మిణీసత్యభామా మనః కంజాతమిత్ర! జయజయ అఖిలాండకోటి బ్రహ్మాండనాయకా! జయజయ వేణుగానవినోద! జయజయ రాధారమణీమనోహర! జయజయ గంధవాహాశనవైరిపతాకా! జయజయ గోవర్ధనోద్ధారక! జయజయ గోపికావల్లభా! జయజయ భుజంగరాజశయనా! జయజయ దాక్షాయణీసన్నుతా! జయజయ కపటనాటకసూత్రధారా! జయజయ వసుదేవదేవకీకుమారా! జయావిజయీభవ! దిగ్విజయీ

ణంపు, ముఖ్యాలిపత్త్రంబులు చలంగ, దిగ్గజంబులు వడవడ
వణంక, కులాచలంబులు బంతులకై వడినల్లలాడ, నిశా
కరార్కబింబంబులు గతులుదప్ప, నుడుసమూహంబులు
డుల్ల నయ్యవసరంబున మదవారణ బృంహితంబులు,హయ
హేషారవంబులు, రథనేమిధ్వనులు, ఘనంబులగు భట
చరణోద్ఘాత రేణుపుంజంబులు మిన్నుగప్ప ధనుర్బాణాది
నాదంబులు దిశలునిండ, భీమాట్టహాసంబులు కురుబలం
బుల గుండెలవియఁ బటహభేరీమృదంగశంఖకాహళతూర్య
రవంబులు ప్రతిధ్వనులీయ ననికి యదునాయకుండు కురు
బలంబులపై నడిచె నప్పుడు ముందఱమత్తమాతంగంబులు,
వానివెంబడి హయంబులు, వానివెనుక రథంబులు నుభయ
పార్శ్వంబుల వీరభటసమూహంబులు సింహనాదంబులు
సేయుచు నడిచిన. 41

తే. గంధగజహయరథభట ఘట్టనముల
సెగయు ధరణీపరాగంబు నిఖిలదిశల
భానుబింబంబుఁ గప్పె నంబరముతోడఁ
గర్దమంబయ్యె మిన్నేరు కలిసియపుడు 42

వ. తదనంతరంబ పుండరీకాక్షుండును యదువృష్ణిభోజాం
ధకమహావరులు కదనోత్సాహులై మహాయుధంబుల
ధరియించి తోడనడువ గజరథారూఢులైనబలభద్ర
సాత్యకులును ప్రద్యుమ్నాది కుమారవర్గంబు నగణిత

శరధులుఘూర్ణిల్లె భువనజాలము లెల్లం
దిరిగెఁ నభమును ద్రెళ్లెఁ
ధరణీధరములువడంకెఁ దారలు రాలెన్ 44

ఆ. శమనజుండు పాంచజన్యనాదము విని
యనికిఁదరలవచ్చె నచ్యుతుండు
కదనమునకు లెండు గ్రక్కున మీరంచు
ననుచుఁజెప్పెఁ గౌరవాధిపునకు. 45

ఆ. అంతకన్నమును పె యతిబలాధిపు డైన
గురుని భీష్ముఁ గర్ణు గురుసుతులను
జూచిపలికె ధర్మసూనుండు కృష్ణుండు
కయ్యమునకువచ్చెఁ గపపి యపుడు. 46

ఆ. ధర్మనందనుండు తమ్ములఁ గనుఁగొని
కయ్యమునకువచ్చెఁ గంసవైరి
కయ్యమునకు మీరు గ్రక్కున లెండని
యనిన యన్నమాట కలరియపుడు. 47

సీ. పాకారియిచ్చిన భాస్వత్కిరీటంబు
        చెలువుమీరంగ నౌదలధరించి
యీశానుఁ డిచ్చిన పాశుపతాస్త్రంబు
        ముదముతోడుతఁ గరమునను గూర్చి
జ్వలనుని చేఁగొన్న చారుగాండీవంబు
        బాహుదండంబునఁ బరఁగఁ జేర్చి

ఆ. మఱియును గపిరాజ మంజులధ్వజమును
ధవళఘోటకములు దనరగల్గి
బాణవితతిచేతఁ బరువడి శోభిల్లు
రథమునెక్కె విబుధరాజ సుతుఁడు. 48

క. హరిచే నాపదనొందక
దురమున విజయంబుగల్గి దోర్బలశక్తిన్
మరలుమని ధౌమ్యుఁ డింద్రజు
సరగున దీవించె నధిక సత్త్వాఢ్యుం డై. 49

వ. ఆసమయంబున 50

క. గడగడవడఁకుచుఁ బెదవులు
తడుపుచు వెలవెల్లబాఱి ధరణీస్థలిపైఁ
బడియున్న గయునిఁ జేకొని
జడియకుమని వెన్నుజఱచి శక్రజుఁ డంతన్. 51

తే. గయుని [illegible]శిరమునఁజేర్చి కౌతుకమున
ధైర్యనిర్ఝరగిరి యనఁ దనరుచుండె
నార్తజనరక్షణోపాయుఁ డజ్ఞునుండె
యనుచు వినువీథి నమరులు వినుతిసేయ. 52

క. అప్పుడు పాంచాలునిసుత
తప్పక యావిజయుఁజూచి ధైర్యమున ననెన్
గప్పుకొనె శత్రుసైన్యము
లిప్పుడు నల్గడలనేల [illegible]నినభంగిన్. 53

యంగజ జనకుండతండె యరియైవచ్చెన్. 54

సీ. గ్రహగతిచాలక గహనభూములయందుఁ
దిరుగుచున్నాము దిక్కు లేక
కూరలుకూడుగాఁ గుడుచుచునుండఁగా
రారాని యాపద ప్రాప్తమయ్యె
ధార్తరాష్ట్రులచేత దారుణకృతముల్
తప్పెఁగదా యని తలఁచియపుడు
మనపాలివిధియును మన కీట్లు చేసెను
దప్పింపఁ దరమౌనె ధాతకైన
తే. దంతిపతివరదునకు గంధర్వునిచ్చి
యమితశుభములనందుమా యమరరాజ
తనయ! నీవెఱుఁగని నీతి ధరణిగలదె
యనిన ద్రౌపదిఁ గనుఁగొని యర్జునుండు 55

సీ. భూరిసేనలతోడఁ బుండరీకాక్షుండు
కదిసి సన్నద్ధుఁడై కదలివచ్చి
నీవేళగంధర్వు నిచ్చుట యుచితంబె
వెఱచియిచ్చెననరె వీరవరులు
శరణుచొచ్చినవారి శత్రులకిచ్చిన
పాపాత్ముఁజూడరు ప్రాజ్ఞులెచట
వెఱపు నీ కేలొకో వెన్నుని సేనల
హతముచేసెద భీషణాస్త్రములను

[illegible]
జయము చేకొని యిటువత్తు సమ్మదమున. 56

వ. అని యిట్లు పాంచాలి నొడంబఱచి తదనంతరంబున 57

క. శమనజ మారుత నందను
లమరపతిసుతుండు కవలు నతిమోదమునన్
సమరోన్ముఖులై కదలిరి
విమలకనక రథములెక్కి వేవేగమునన్. 58

క. గురుఁడును గురుసుతుఁడును వెసఁ
గురుపతి ధర్మాత్మజులును గురువీరులతో
పరువడిగ నపుడు నడచిరి
ధరణీశులు తమ్ముఁ గూడి తరలి నడువఁగన్. 59

తే. శమనజుఁ డనంత విజయంబు శ్వసనసుతుఁడు
పౌండ్రకము దేవదత్తంబు ఫల్గునుండు
ఘనసుఘోషంబు మణిపుష్పకంబు కవలు
చెలఁగి పూరించిరి మురారిసేన గలఁగ. 60

వ. అప్పుడు దారకుండు దైత్యారిం జూచి పాండునందనులు
ఘోరాటవిం జరియించుచు నిడుములంబడుచున్నవారు
వారలకు నీరథగజవాజినికరంబు లెక్కడి వని యడిగినఁ
బుండరీకాక్షుం డిట్లనియె గయుని నిమిత్తంబున మనకు
నర్జునునకుఁ గయ్యంబుగలుగు టెఱింగి నారదమునీంద్రుండు
వెదండపురంబునకుంజని యీవృత్తాంతంబంతయు ధృత

[illegible]
నిర్జించి కుంతీసుతులం బరిమార్చి రాజ్యంబంతయు నేక
చ్ఛత్రంబుగా నేలెద ననుచుఁ దలంచి ద్రోణాచార్యాది
యోధులను సమస్తదేశాధీశ్వరులను గూర్చుకొని కుటిల
మానసుండై వచ్చినాఁడు. పాండవు లది తెలియ నేరరు, ఈ
వచ్చిన మహాయోధులం జెప్పెద నాకర్ణింపుము. 61

సీ. కాంచననిర్మిత కమనీయకలశాంక
ఘనకేతనమువాఁడు కలశజుండు
పంచాస్యలాంగూల భాస్వత్పతాకంబు
వాఁడు ద్రోణాచార్య వరసుతుండు
ధర్మగోవృషకాంతి నిర్మలభాసుర
వరతేజుఁడై నట్టివాఁడు కృపుఁడు
లలితాబ్జసత్ప్రికల్పకపతాకావిహా
రంబువాఁ డెన్న ధర్మతనయుండు
తే. పవనసుతకేతనమువాఁడు ఫల్గునుండు
పరుషవిషధరాంకమువాఁడు కురువిభుండు
తాలకేతుండు భీష్ముండు తలఁపవీరు
భూరియుద్ధవిశారదుల్ వీరవరులు. 62

క. ఈశ్వర వర జనితుండా
యశ్వత్థామునుజయింప హరునకు నశమా !
శాశ్వత సద్గుణుఁడును స
ప్తాశ్వప్రతిమాన తేజుఁ డాహవభూమిన్. 63

బోరఁ జయింప సమర్థుఁడు
ధారుణిఁ గృపు నెన్నఁదరమె ధాతకునైనన్. 64

తే. సకలశస్త్రాస్త్రనిపుణుండు సాహసుండు
సమరవిజయుండు సత్కులసంభవుండు
అతనితోఁ బోర శక్యమే హరునకైనఁ
గౌరవుల కెల్లను గురుండు కలశజుండు. 65

ఉ. ఇనజుఁడు దివ్యతేజుఁడు దిగీశసురేంద్రులు వచ్చిపోరిరే
నని మొనగెల్చువీరుఁడు మహారణశూరుఁడు బాహువీర్యుఁ
డౌ, యినసమతేజుఁడుం గువలయేశ సుకీర్తివిశాలుఁ
డెన్నఁగా, ఘనభుజుఁ డీతఁడే వినుము కర్ణుఁడు దానగుణ
ప్రపూర్ణుఁడున్. 66

తే వినుము సంగరశూరుండు వీరవరుఁడు
ఘనగదాయుద్ధకుశలుండు కౌరవేంద్రుఁ
డతనితోఁ బోర శక్యమే యవనిపులకు
యోధవరులందు మేటి సుయోధనుండు. 67

తే. సమరవిజయుండు భీముండు సాహసుఁడగు
నతఁడు నెఱియోధవీరుఁడౌ నస్త్రగురుఁడు
సత్యవచనుండు సుజ్ఞానచక్రవర్తి
ప్రళయకాలంపు హరుఁబోలుఁ బ్రథనమునను. 68

వ. అని యిట్లు కృష్ణుండు నాయకునకుం జెప్పి పాంచజన్యంబు
పూరించినఁ బాండవులు తమతమ శంఖంబులొత్తిన సకల

నుభయదళంబులు [illegible]
నార్చుచు అట్టహాసంబు సేయుచు యుద్ధసన్నద్ధులై వడిం
గవిసి కాల్బలంబు కాల్బలంబును, రథంబులు రథంబులను,
తురంగంబులు తురంగంబులను, గజంబులు గజంబులను
దాఁకి ద్వంద్వయుద్ధంబు సేయ నప్పు డెగసిన ధరణీపరాగంబు
తపనబింబంబుఁ గప్పి యన్యోన్యఘాతజనితరక్తసిక్తంబై
యడంగు నప్పుడు. 69

క. వీరభటులు రాహుత్తులు
వారణముల పైకివచ్చు పరబలసంతతుల్
బోరున రథికులరథికులు
ధారుణి కంపింప నుభయదళములుఁ బోరెన్ 70

క. ఒక్కొక్క వీరవంతుని
పెక్కండ్రును జుట్టుముట్టి బెట్టుగఁ గరపై
స్రుక్కంగ మొత్తి వైవఁగ
నక్కజముగ దొమ్మిజగడ మధికముగాఁగన్ 71

సీ. వెనుకైన శత్రుల దునిమివైచెడివారు
దొలఁగక విమతులఁ దునుమువారు
పగతుల శిరములు పగులఁగొట్టెడివారు
మొనసిన వైరుల మోఁదువారు
నిలిచి విరోధుల నిగ్రహించెడివారు
తివిరి యహితులను ద్రెంచువారు

తే. నగుచు యాదవకౌరవు లతిరయమునఁ
గదిసి యత్యంతముగ్రులై కదనమునను
ధీరులై పోరి రప్పుడు దిగులులేక
విస్మయం బంది చూచిరి విబుధవరులు. 72

వ. ఆసమయంబున. 73

ఉ. కురుపతికర్ణుఁడుఁ గృపుడు కుంభభవాత్మభవుండు నుగ్రులై
మురహారుసేనపైఁగవిసి ముప్పిరివోవ శరంబు లేయఁగా
సురములుగాడిపాఱగను నొయ్యన నిల్వఁగ లేక భీతిచే
వరుసను బాఱిపోయి యదువల్లభుమ్రోలను నిల్చిరందఱున్.

వ. అపుడు మురాంతకుండు యదుసైన్యంబుల నిలుమని నిలువరించి సేనాసమేతుఁడై బలభద్రసాత్యకులతోడ రథం బురవడించి కురుసైన్యంబులం జుట్టుకొని. 74

సీ. రథములఖండించి రథికులఁ బరిమార్చి
సారథులను బట్టి సంహరించి
గజముల నిర్జించి ఘనహస్తిపులఁగూల్చి
పెక్కండ్రయోధుల పీచమణఁచి
హయముల మడియించి యారౌతులనుగూల్చి
యెదురొడ్డు భటులను మదమడంచి
గుంపులు గాఁగూడి తెంపుతోడుతవచ్చు
కాల్బలంబులను జీకాకుచేయు

[illegible]
నాదరణమునఁ గురుపతి యనికి నడచె. 75

క. కురురాజన్యునిఁ బాయక
గురుసుత గాంగేయ కర్ణ కుంభజముఖులున్
శరబాణాసనధరులై
దురమునకుం జనిరి యధికదోర్బలశక్తిన్. 76

ఉ. కౌరవరాజశేఖరుఁడు కంసవిభేదనుఁ జూచి యుగ్రుఁడై
దారుణశస్త్రజాలములఁ దద్దయు నత్తఱి గాఢ నేసినన్
పారసనాభుఁ డల్గి తన శార్ఙ్గమునం దొడిన వాఁడి తూపులన్
బోరన నొవ్వ నేసెఁ గురుభూపతి నాతని సేనలన్నిటన్. 77

సీ. విబుధ నదీజుండు నిశితాంబకంబులఁ
గుంభజతనయుండు గురుశరములఁ
గలశజుండు కెరలి ఘనసాయకంబుల
శరచాపచయముల శక్తిపుత్రుఁడు
దినమణిసూనుండు దివ్యబాణంబులఁ
బెక్కండ్రు సేనాధులు పసుములుకుల
భూపాలకశ్రేణి భూరిమార్గణముల
నిసితాంబకంబుల నిఖిలభటులు
తే. కృష్ణుమీఁదను జాల వేఁగి కినిసియపుడు
స్వాతిగతుఁడైన శుక్రుని భాతినస్త్ర

వ. తదనంతరంబ.

ఉ. ఘోరశరంబు లేసెవడి గోపకులాగ్రణిమీఁద మెండుగా
ధీరుఁడు నాగకేతనుఁడు తెంపుగ నంగములందు నేసినన్
బోసిన నెత్తురొల్కఁగను బూవులగుత్తులతోడ నొప్పునా
బూఁపగరీతి నొప్పె యదుపుంగవుఁ డప్పుడు ధారణీస్థలిన్.

సీ. నాగకేతనుఁ జూచి నలినాక్షుఁ డుగ్రుఁడై
ఘోరమార్గణముచేఁ బూనిపలికెఁ
బొట్టత్రొవ్వనీవె పోరికి నేతెంచి
కలహఁ జూచెదనన్నఁ జెలఁగియిపుడు
మొనపఁబట్టినయంత యులికిచచ్చెదవీవు
సాహసం బంత నేఁడు మాడ
పిగ్గల నిదా నీకగ్గవల్వాదుడుంగు
వాలుకున్నను నేఁడు ప్రధనభూమి

తే. బాణశరముల ద్రొంతును సీరంబు
ననిన ధృతరాష్ట్రతనయుండు నాగ్రహమునఁ
ప్రళయకాలార్కబింబంబుపగిదినుండి
కనులనిప్పులు రాలంగ ననియె నపుడు. 81

క. ధరాపతివి గావు మాతో
గోపాలక పోరనిపు గురుశరముల నీ
యేపణఁగించెద నన విని
శ్రీపతి యయ్యెడ సకోప చిత్తుండగుచున్. 82

బడి నన ఘోరశరములఁ
బుడమిఁ విందానువింద భూపతు లంతన్. 83

క. రారాజు తమ్ములునువడి
ధారణి గంపింపవచ్చి దైత్యధ్వంసిఁ
భూరిశరంబులఁ గప్పిన
నారాయణుఁ డపుడువాని నలినలిచేసెన్. 84

తే. మఱియు వారల రథముల హయులకరుల
సారథులఁ గేతనంబుల సమరభూమి
గడఁగి పడవేసె నప్పుఁ డాకంసహరుఁడు
విశిఖముల నిర్జరావళుల్ వినుతిసేయ. 85

ఉ. సారసబాంధవాత్మజుఁడు సాత్యకిగాత్రమునందు మెండుగా
ఘోరమహాస్త్రజాలములఁ గ్రొంకక సేసిన నాతఁ డుగ్రుఁడై
వారిజమిత్రడింభకుని వక్షమువాడిశిలీముఖంబులన్
బోరునసెత్తురుల్ గురియ భూస్థలివ్రాలఁగసేసె ధీరుఁడై. 86

క. తెలివొంది మిత్రసూనుఁడు
చలమున సాత్యకినిదాఁక జడియక నతఁడా
జలజాక్షు పుత్త్రు వక్షము
బలుసాయకములను వ్రచ్చె బాహాశక్తిన్. 87

తే. తరిమి సాత్యకిచేతి యస్త్రములువిల్లు
దునియలుగనేసె ఘనమైన తూపుచేత

వ. ఇవ్విధంబున నాయిరువురు నుభయసేనలంగల దండిమగ
లును నధిక సంరంభంబున సిద్ధచారణగంధర్వాదులు
చూచి పొగడుచుండఁ బోరు సమయంబున. 98

క. దనుజారి శార్ఙ్గమెక్కిడి
ఘనశరసంఘములమిగులఁ గడుఁగోపముతో
వినువీధిసురలు పొగడఁగ
వినతనయునిగూల్చెనప్పు డిలబలశక్తిన్. 90

క. నందకుమారుని బలముల
నందుంగాత్రంబులందు నతిరోషముతో
మందాకినీతనూజుఁడు
చింపరలై పోవ నేసె శితభల్లములన్. 91

తే. ఆపగాసూనుఁడు నిశాచరారియురము
శరవితతి నేయ రుధిరంబు సంపడింప
నతఁడు మోదుగు పూచిన యందమునను
మాడఁగానొప్పె నిర్జరుల్ చోద్యమంద. 92

క. హరికోపంబున శంతన
ధరణీరమణాంగభవునిఁ దత్సారథినిన్
తురగము వరరథమును వెస
శరశతమునఁబడఁగ నేసె సంగరభూమిన్. 93

ఉ. శరగురుసూనుఁ డచ్యుతుని సారథినిన్ జతురాంబకంబు
లన్, అరదము పంచబాణముల నశ్వములన్ బదియారు

లయుఘంబులను. 94

ఆ ద్రోణసుతుఁడు కెరలి దొడ్డనారసముల
వెంట నేయగల్పె వెన్ను నురము
దానికలిగి మిగుల దారుణాకృతితోడ
ద్రౌణిమీఁదఁగడఁగి దానవారి. 95

క అరదంబు దునిమి సారథి
బరిమార్చియు హయులఁగూల్చి బలుకేతనముం
విఱిచి తనమీఁదఁ గవిసిన
కురుబలములఁ గీటణంచి గురుసుతుఁ దరిమెన్. 96

క విరథుఁడయి ద్రోణపుత్త్రుఁడు
మఱియొకరథ మెక్కి నిశిత మార్గణములచే
హరి బలరాముని సాత్యకి
నురములు భేదింపనేసె నురుభుజశక్తిన్. 97

క గురుసుతుఁ డేసిన సునిశిత
శరజాలము లెక్కఁగొనక సమరావనిలో
హరి గురుసుతు నొకశరమున
సరథముతోఁ ద్రోలఁగనేసె సక్రోధుండై. 98

తే రథముపోయిన వేఱొక్క రథము నెక్కి
గురుకుమారకుఁ డుగ్రుఁడై గోపవీరు
తురగరథకేతనంబుల నురుశరముల
చేతఁ గప్పెనుగ్రుఁడై శ్రీధరుండు. 99

[illegible]
చేసితిఱిమె గురుకుమారు సేనలనెల్లన్. 100

వ. తదనంతరంబ. 101

క గురు కృపు లశ్వత్థామ య
మరరాజతనూభవుండు మారుతసుతుఁడుఁ
గరవాలాద్యాయుధములఁ
గరములఁ గీలించియపుడు కదిసిరి హరిపై. 102

క. సారధి నైదుశరంబుల
నాలుమహోగ్రాస్త్రములను హయములశిరముల్
భూరిశరంబుల హరిపై
ధీరతనాచార్యుఁడేసె దివిజులు వొగడన్. 103

వ. మఱియు ధనురాచార్యుండును దత్సుతుండును భీమార్జును
లును జలంబున బలభద్రసాత్యకుల యదుబలంబుల తురం
గంబుల గప్పుకొని ఒక్కొక్కనిమేన నెడలేక బలుబాణం
బుల నించిన భయభ్రాంతు లయి చిత్రపటంబులచందంబునఁ
జేష్టలు దక్కియున్న సమయంబున. 104

ఆ. ద్రోణు మెననొక్క దొడ్డనారసమును
సాయకత్రయమున స్యందనంబు
తురగములనుసూతు శిరమును బడనేసె
బాణపంచకమున దానవారి, 105

వానినన్నిఁటి ఖండించి విరథుఁ జేసి
మూర్ఛనొందఁగఁజేసెను మురహరుండు. 106

వ. అప్పుడు. 107

క హరిఁజూచి భీమసేనుఁడు
కరమున గదఁ బూనివచ్చి ఘనరౌద్రమునన్
మురహరు తేరును శరమును
ధరపైఁ జుత్తుమురు జేసె దర్పంబలరన్. 108

తే. రథవిహీనుఁడై వేఱొక రథము నెక్కి
రాక్షసారాతి కీచకారాతిఁజూచి
యుగ్రకోపరై శక్తిచే నురమునాట
నేయస్రుక్కకయుండె నవ్వాయుజుండు 109

వ. ఇట్లు కదలకయున్న వృకోదరుం జూచి హరి యిట్లనియె.

క తిండికి మిక్కిలి ఘనుఁడవు
భండనమున గొరవుగావు బ్రాహ్మణయిండ్లన్
బండెడు కూడెత్తుక తిని
కండలు పెంచుకొని బ్రతుకు కదలుము భీమా! 111

క. మండలనాథులయిండ్లన్
వండుచు నీవుండకిపుడు వరయోధువలెన్
దండి మెఱసి వచ్చితి నీ
భండనమిది యేలనీకుఁ బావని చెపుమా! 112

యినలములఁ ఘృత ముడుఁగఁగ
మనమెఱియఁగ మండిపలికె మాధవుతోడన్. 113

క. నాపిడికిటిపోటున నీ
యేపుఁ గించెదను నిల్వు మీశుఁడు నీకుఁ
బ్రాపకుఁడయి యిటవచ్చిన
గోపాలక పోననియ్య గురుభుజశక్తిన్. 114

వ. అని వృకోదరుండు దందహ్యమానమానసుండై ప్రళయ
కాలాగ్ని రుద్రునిపోలె మండిపడుచు సశక్తిగదాధరుం
డగుచుఁ గమలాడ్జురథంబు మీఁదికిం లంఘించి యాతని
పక్షంబు బెట్టుగఁ దనముష్టిఁ జేఁ బొడువ దానికిం జలింపక
మాధవుండు భీమునియురంబుఁ బెడిదంబగుశక్తి చేవేయ
వాఁడు భిన్నవక్షుండై స్రుక్కి నిలువనోడి రథంబు డిగ్గి
పోవం గాళులాడకయున్న సమయంబున రామసాత్యకులు
సింహనాదంబులు సేయుచు వచ్చి భీమసేనునిపైఁ గవిసి
నిశితశరంబులఁ బ్రయోగింప వానినన్నింటి నొక మహోగ్ర
భల్లంబునం దునిమి సాత్యకి శిరంబుఁ దన గదచే మోఁదిన
నతండు మూర్ఛితుండై భూమిపై వ్రాలె నంత నచ్యుతా
గ్రజుండు భీముని శిరంబుఁ బట్టి పెనంగిన పవనతనయుండు
పడిం దప్పించుకొని నీలాంబరు నురంబునడచి యావలం
జని మాధవులం బట్టుకొన్న బెబ్బులింగని పోవు తేళ్లవలె
యాదవులు మాధవు మఱుఁగుఁ జొచ్చిరి. అప్పుడు కృపా

యాదవభటుల నొక్కొక్కని మున నిండారుగా వాడి
శరంబుల నించి రథికులం ద్రుంచి రథంబుల విఱిచి, యేచి
నడచిన పుండరీకాక్షుండు ప్రళయ కాలానలోపమానుం
డగుచు. 115

తే. గదుని నాలుగుశరములఁ గూలనేసెఁ
కృపునిపంచశరంబులఁ గీటణంచె
గురుతనూజుని నొక్కటఁ గూలనేసె
సరసిజాక్షుండు భీషణ సాహసమున. 116

ఆ గాడ్పుకొడుకు కెరలి కామపాలుని తేరు
విఱిచి సూతునొంచి వీణితతులఁ
ద్రోలి వానిశరము తునియలుగాఁజేసి
గదను బొడిచె హరిని మునముతోడ 117

క. రాముఁడు పటురోషంబున
భీముని వక్షంబు నాఁకి బెట్టుగ గదచేఁ
దామసమందఁగ వేసిన
నామారుత సుతుఁడు దెలిసి యతిమత్సరుఁడై. 118

సీ. కోపించి గోత్రంబుఁ గొనివచ్చి భీముండు
హరిపైనవేసిన హలధరుండు
వజ్రబాణముచేత వ్రయ్యలుగా నేయ
బహురోషయుక్తుఁడై పవనసుతుఁడు

గంధవాహసుతుండు ఘనశక్తి పెంచిన
ముత్తునియలు చేసె మసలి కెరలి

తే. మఱియు నీరీతి నిద్దఱు మచ్చరించి
యుఱుకు లంఘించి మిక్కిలి యేపుమించి
గజముగజమును దాఁకెడి కరణిఁ దోఁప
భూరిసాహసములతోడఁ బోరిరపుడు 119

వ. ఆ సమయంబున. 120

క. మనమున మారుతసూనుఁడు
తనసుతు మదిలోనఁ దలఁపఁ దద్దయు వేడ్కన్
దనుజభటానీకముతోఁ
జనుదెంచె ఘటోత్కచుండు జనకుని కడకున్. 121

వ. వచ్చి పాండుతనూజులకు నమస్కరించి ముకుళితకరకమలుండై యేనిమిత్తంబున నన్నుం బిలిచితిరి నేఁ జేయవలయు కార్యంబేమని యడిగిన ధర్మజుండు కృష్ణార్జునులకు గాలవునివలనఁ గలిగిన కలహంబు తెఱంగంతయు నెఱింగించి నీవు బలంబులతోడఁ బుండరీకాక్షుని సేనల సంగరంబునం జయించి రమ్మనిన నొడంబడి రణోన్ముఖుండై తన బలంబులం గూర్చుకొని పెక్కుమాయలచేత యదువృష్ణిభోజాంధక ప్రముఖయోధులం దలఁపడి తద్దళంబుల విదళించుచు గంధసింధుర చయముఁ గూల్చుచు బెట్టుగాఁ బోరాడఁ దొడంగె. 122

[illegible]
యంబుదంబులరీతి నార్భటులఁ
బిడుగులచందాన ఫెళఫెళ మ్రోయుచు
బ్రహ్మాండభాండముల్ పగిలిపోవ
వెన్నునిసేనల వెన్నంటి బెట్టుగా
నంపఱఁ గూల్పెనా యలఘుబలుఁడు

ఆ. గొల్లవానికేలకో గద కయ్యంబు
చల్ల పాలు నెయ్యి చాలనమ్మి
ఆలకడుపునేలి యార్జింపు ధనముల్లఁ
బార్థివులకు నిచ్చి బ్రతుకవలయు. 123

వ. అనిన నిర్జర వైరింజూచి మురసంహారుండు తన దివ్యా
స్త్రంబుల వింటం బూనినప్పుడే ఖండించి యా దనుజా
ధీశుండు మహీజం బొండు నూఁథవుపై పైన వాని భూమిపై
బాణంబుల దొర్ల నేసి మాధవుండు గర్వంబున నించిన. 127

ఉ. కోపమునన్ ఘటోత్కచుఁడు గోపునియార్చు మహీధరం
బునా, గోపకుమారు మీఁదఁ బడఁ గొబ్బున వైచిన దాని
నప్పుడే, శ్రీపతి వజ్రబాణమున శీఘ్రమె ద్రుంపఁగ నంత దాన
వుం, డేపున సాలవృక్షమున నేసె మాధవు రొమ్ము నొ
వ్వంగన్. 124

ఉ. వేసిన నప్పుడచ్యుతుఁ డసింహనరున్ దనుజేశు పాదముల్
వాసిదొలంగ భూస్థలిని వ్రాలఁగ నేసె శిలీముఖంబులన్

చ. దనుజుఁడు రాక్షసాంతకుని దర్పమణంచెద నంచునుగ్రుఁడై
కనుఁగవ నిప్పుకల్ గురియఁ గాఁదగ నచ్యుతు వాఁకిధీరతన్
దునియలుసేసి స్యందనముఁ దోలెను సారథి ఘోటకంబులన్
వనరుహపత్రలోచనుఁ డవారితచండమహోగ్రకోపియై. 126

మ. కరముల్ మస్తకముల్ ముఖంబుగళముల్ గర్ణంబులున్నా
సలున్, జఘనంబుల్ వదనాళిఁబెన్నురములున్ జానుల్
భుజాపేటికల్, మురసంహారుఁడు నజ్జునజ్జుగ గదన్ మోఁదెన్
మహాక్రోధమ్మై, పఱిచెన్ రాక్షసమూకనల్లడలకున్ బ్రాణాలి
పై నాశ చేన. 127

వ. అప్పుడు హరిం జూచి సమీరసూనపుత్రుం డుగ్రాకారుండై
యిట్లనియె 128

శా. పోనీయన్ యదునాథ యింకవిను మా పోకార్తుసీసేనలన్
సూనాస్త్రారి సహాయుఁడైన ననిలో శూలంబు చే నిప్పుడే
ప్రాణంబుల్ గొనఁబుచ్చుకున్న మఱి నేరతుశ్చమూభర్తనే
రా నా బాహుబలంబు చూడుమనిఘోరాకారుఁడై యా
ర్చుచున్. 129

క. హరిపై శూలము సేసిన
మురసంహారుండు దాని ముత్తునియలుగా
సుదర్శనముగ్గము సేసెను
బహువడిఖండించెపైచి బాహాశక్తిన్. 130

వ. అప్పుడు 131

[illegible]

బద్మలోచను వీక్షించి పలికె నపుడు 132

సీ. పోనీయ నిన్ను సంభోగరాజ్యోచ్చిన
మేదినీధరములో మెలఁగనిమ్ము
నవనీతలము క్రింద నణఁగియుండఁగనిమ్ము
బురుషసింహులకైనఁ బోపనిమ్ము
గుఱుచబుద్ధులు పూనఁగొనసాగఁగానిమ్ము
బాపడ నే నన్ను బ్రదికనిమ్ము
నడవులకరిగెద నన్నును బోనిమ్ముఁ
దీర్ఘయాత్రలకైనఁ దిరుగనిమ్ము

తే. ఘనప్రబుద్ధుండ నన్నుఁ గడు నీవు
గలికితనమున వచ్చిన గర్వమునను
నాకు సరివాఁడవే నీవు నరుఁడ వన్న
రాక్షసులతోడఁ బోరలరా? మురారి! 133

క. నరుఁడవు నీవౌదువు గన
నరులను భక్షించువారు నావారుగదా!
యెఱుఁగక యూరక పోరెను
జరగుఫలంబేమి నీకు సంగరమేలా? 134

వ. అని యివ్విధంబునం బలుకుచు నా[illegible]ంటఱుఁ డత్యున్నత
మహీధరంబులు నానవాంఛను [illegible]నేయు నపుడు వాని
నన్నింటిని దునుకలు గావింప సిలింపఁపైర యచ్చటి భూరు

సంభవజనుండు శరచాపధరుం డై యుల్లసిల్లు. 1౩౫

సీ. జంభారి చేనున్న దంభోళికన్నను
నాయస్త్ర మెక్కుడు నలిననాభ
పార్వతీరమణుని ఫాలాగ్ని కంటెను
నధికంబు నా బాణ మంబుజాక్ష
కాలాంతకుని చేతి కాలదండము కన్న
ఘనము నా కాండంబు కమలనయన
పరమేష్ఠి చేనుండు బ్రహ్మాస్త్రమునకన్న
నాశర మెక్కుడు నాగశయన

తే. అనుచుఁ గోపించి దైత్యుండు హరిమీఁదం బు
నొవ్వఁ జేసిన దితిజారి యొడలినిండ
వాఁడి తూపుల నిగుడింప వాఁడు గినిసి
చాపమున నాయకము నుంచి శౌరిఁ జూచి. 136

సీ. సురలఁ జూచినరీతిఁ జూడకు రాక్షసే
శ్వరులము వికచాబ్జపత్రనేత్ర!
దావానలములోన దాఁగొని కలహంబు
వడెపెక్కై వడి నీవు వచ్చితివ్వ
డీబాణవహ్నిచే నిలమీఁద నినుఁగూల్తు
గర్వంబు నీకేల కడకుఁ దొలఁగు
చలపట్టి నిలిచిన శరముఁ బడఁ బైతు
నాతతశక్తికిఁ దగనిలోన

[illegible]
యపుడు పడవైచె నాతని నవనిమీఁద. 137

క. ఘోరాకారుఁడు క్రూరుఁడు
మూపతిపూఁచుండు భూమి మడిసినయపుడే
ధారణి గిరు లహికూర్మము
వారణములునెల్ల వణఁకె నరభారమునన్. 138

తే కపులు ప్రద్యుమ్నపుష్కరుల్ కనిసియపుడు
చండచాపానళులతోడ దండిమెఱసి
యవని గంపింపఁబోరిరి యద్రియద్రి
తాఁకుగతి వెన్కఁదీయక స్థైర్యమూని 139

క ఘనరోషంబున మాద్రీ
తనయులు చటులాంబకములు తళతళ మెఱయన్
వనజాక్ష సుతుల నేసిరి
చనుమొనలను గాడిపఱచి జగతిం గ్రుచ్చెన్ 140

వ ఆ సమయంబున. 141

సీ. ప్రద్యుమ్నపుష్కరుల్ బహురోషయుక్తులై
బాణాసనంబుల బాణతతులఁ
జేర్చి కపులమీఁదఁ జెలరేఁగి వైచిన
వానిని నపియొక్క వరశరమున
తునుకలుగాఁ జేసి దోర్బలశక్తిచే
నలినాయతాక్షు తనయులమీఁద

ఆ. మఱియు రథముల దిగవచ్చి మచ్చరమునఁ
గదిసితనువులు శరములు గదలనడఁచి
హరిసుతులు నేలఁబడనీడ్చి రణఁచిపట్టి
రొమ్ము పైనెక్కి శరముల గ్రుమ్మిరపుడు 142

క. తాలాంకుఁడుం శ్రీపతియును
బాలురకడ్డంబువచ్చి వడివడి మాద్రీ
బాలుర శరముల ముంచిన
నాలో బలరాము నేసి రతిదర్పితు లై 143

వ. అంత 144

తే. ప్రళయకాలాంతకునిరీతిఁ బరిఢవిల్లి
యన్యతాగ్రజుఁడల్గియా యస్త్రతతుల
దాళియులగనేసె ఘనమైన తూపు చేత
మాద్రితనయుల పైఁబడి మచ్చరమున. 145

క. కరికరి హరిహరి గిరిగిరి
పోరఁబోర పోరుఁడురీతి భుజబలశక్తిం
దఱచుగ రాముఁడు మాద్రీ
వరతనయులఁ బోరఁజూచి వాయుజుఁడలుకన్. 146

క. చిచ్చునకు గాలితోడై
వచ్చినగతి ఘనువుఁబూని పటుతరశక్తిం
మచ్చర మెదఁ బెనఁగొన వి
వ్వచ్చుని యగ్రజుఁడువచ్చి వసుమతిపణఁకన్ 147

[illegible]
హృష్యమానమానసులై యుగళాయమాననేత్రాంచలులై
హుంకరించుచు నౌడు గఱచుచు మీసలు పెంచి యట్ట
హాసంబులు సేయుచు భూనభోంతరాళంబులు నిండ శేష
దిగ్గజకూర్మంబులు చలింప నభంబుపై భూతంబులు
గంపింప నిరువురుం గవిసి సారెసారెకుం బెనంగి మేరు
మందరభూధరంబులు వడిం దాఁకుచందంబున నన్యోన్య
జయకాంక్షలచే కరంబులు కరంబుల పాదంబులు పాదం
బులఁ బెనుచుకొనుచు ముష్టి ఘట్టనలు సేయుచు ధరణీ
పరాగంబులు నెగయంబడుచు లేచుచు పట్టినపట్టువదలక
గజకచ్ఛపంబుల విధంబున పోరు సమయంబున. 160

ఉ. ధీరుఁడు సాహసుండు బలదేవుఁడు భీముఁడుఁ బోరఁజూచి
యా, వారిజపత్రలోచనుఁడ వారితదుర్ఘట భీమకోపియై
ఘోరశరవ్రజంబునను గూలఁగనేసి సమీరసూనునిన్
భూరిబలాఢ్యుఁ డంగవల భూమినిఁ గూలఁగనేసినాఁ డటన్. 161

వ. ఆక్షణంబున హతశేషులు వేగ చని యర్జున కిట్లనిరి. 162

సీ. రారాజుచచ్చె సురనదీసుతుండీల్గె
ద్రోణుండు గడఁచెఁ గర్ణుండుఁ గూలె
బెద్దనిద్దురవోయె భీష్మండు భీముండు
నకులదుశ్శాసనుల్ నాశమైరి
కలశజసూనుండు కాలంబు చేసెను
గృపసహదేవులు కడసిరనిని

ఆ. గదవాయావళులల్లను గంటుకా నయి
సర్వరథభటవర్గంబు సమసిపోయె
నేమిచెప్పుదు మేమింక నింద్రతనయ!
యంబుజోదరు తీవ్రబాణాగ్నిచేత 163

వ. అని చారులువిన్నవించిన విజయుఁ డత్యంతకోపోద్దీపితుం
డై కృష్ణునిపైఁ గవిసెనప్పుడు. 164

మ. బలభద్రాచ్యుత సాత్యకుల్మొదలుగా బాహాబలాటోపులై
బలభిత్సూనునిఁ జుట్టుముట్టుకొనిబల్ బాణంబులన్ వైచినన్
జలనంబందక వానినెల్లఁదునిమెం జండాంశుకాండంబులం
బలుయోధావళి గర్వమున్ గడపెనప్పార్థుండు సక్రోధుఁడై.

వ. ఇవ్విధంబున నర్జునుండు ప్రయోగించిన బాణానలజ్వాల
లకుఁ దాళలేక యదువృష్ణిభోజాంధక రామసాత్యకి
యోధవరులు దందహ్యమానమానసులై కాలదండ
ధరాకారులై సకలాయుధంబుల ధరించి సింహనాదంబు
లెసంగం గవిసిన విజయుండు హిమాచలంబుచందంబున
నిలిచినం జూచి విజృంభించి వజ్రనిభంబులగు నిశితబాణా
స్త్రంబులం గప్పిన నప్పాండురాజతనయుం డనర్గళప్రవా
హంబులైన శరంబుల నన్నింటి నొక్కొక్క ఘోరనిశితా
స్త్రంబునఁ దుత్తునియలుగాఁజేసి యదుబలంబునఁ బ్రలం
బాదిసాత్యకుల మీఁద నగణితదివ్యాస్త్రంబులేసిన వార
లత్యంతభయభ్రాంతులై నిలిచి రప్పుడు 166

పచ్చి వస యుయువలయుయు
చెచ్చెఱఁ బాఱంగఁజూచి చిడిముడిపడుచున్. 167

క. వదపడి కృష్ణాగ్రజుఁడు
న్మదుఁడై వెసవచ్చి ప్రథన మహిలో నిను నీ
గదచేఁ గూల్చెద నర్జున
కదలక నిలు మనుచునలుక గదవడి వైచెన్. 168

సీ. పావకజ్వాలలఁ బరువడినేతెంచు
గదఁజూచి కోపియై కవ్వడియట
సునిశితాస్త్రంబులఁ దునియలుగా నేసి
బహురోషయుక్తుఁడై ఫల్గునుండు
కామపాలుని తేరు ఖండించి క్రోధియై
వరశరములచేత వసుధవైచి
సారథిఁబరిమార్చి చతురంబకంబులఁ
బడనేసె తూపున సిడముఁబుడమి
తే. తక్కినటువంటి సేనల దారుణాస్త్ర
తతులఁజెండాడి యుద్ధతి దర్పమెసఁగఁ
బ్రళయకాలాంతకునిరీతిఁ బరిఢవిల్లి
యున్నయింద్రాత్మజునిజూచి వెన్నుఁడలిగి. 169

తే. సవ్యసాచిని సూతుని సాయకమున
నొవ్వనేసిన నుగ్రుఁడై కవ్వడియును
విష్ణునిరథంబు విరుగఁగ విశిఖతతుల
నేయ హరి వాని నణఁగించె సాయకమున. 170

తా మిట్లనిర. 172

ఉ. ఏమనిచెప్పవచ్చుభళి యీహరిపార్థులబాహువీర్యముల్
రామునిసాటివత్తురు శరస్థితివిద్యకు వీరిధైర్యముల్
హేమమహీధరంబునకు నెక్కువ వీరలతోడ మార్కొనం
సోమధరుండు వాసవుఁడు సూర్యకులోద్భవుఁడైన శక్తుఁడే?

క. వనములఁ గాల్చెడు శుచినే
యనువునఁజల్లార్పవచ్చు నతిభీముంబౌ
ఘనవాహసుతుని గృష్ణుని
ఘనకోపము మాన్పవశమె కరివరదునకున్. 173

వ. అని తలంచుచున్న యవసరంబునఁ గృష్ణుండు జిష్ణుంగడియ
నతండు. 174

తే. సూతు తీవ్రశరంబున స్రుక్కనేసి
గదిసియస్త్రము లేడింట గర్వమణఁచి
శిరముద్రుంచెను రయమున ధరణిఁబడఁగ
జలముఁబెంచి మహోన్నతి శక్రసుతుఁడు. 175

వ. తదనంతరంబ. 176

తే. పరమపురుషుండు క్రోధియై పార్థుమీఁద
బాణవర్షంబు గురియింప ఫల్గునుండు
వానినన్నిటి దునుమాడె వాడియైన
శరముచే నర్జునునిజూచి శౌరి యనియె. 177

పాములచేతనుఁ బావనిఁ గఱపించఁ
క్రోధియై మిక్కిలి కురువిభుండు
లక్కయింటను మిమ్ము లయము సేసెదనంచు
నింగలమిడఁజేసె నీర్ష్యచేతఁ
జలమునఁ బాంచాలి సభలోన రారాజు
కోకలు విడిపించెఁ గుత్సితమున

తే. అట్టియాపదలెల్లను మట్టుపెట్టి
కాచిరక్షించినాఁడను క్రమముతోడ
నేఁడు నవియెల్లఁ దలఁపక నీవెయిపుడు
కత్తిగట్టితి నామీఁదఁ గయ్యమునకు. 178

ఆ. అగ్నిలోన మిడుత భగ్నమైనట్టులఁ
పోరిలోననీవు పొలయనేల?
గయునిబట్టియిచ్చి కనవోయి మామేలు
చలమునీకుఁ దగునె శక్రతనయ! 179

వ. అనిన ఖగేంద్రధ్వజునకు వానరేంద్రధ్వజుం డిట్లనియె.

చ. పురహరమిత్ర నీలమణిభూషణ కాంచనచేల, ధీర దు
ర్భరయసురాన్వయాపహర వారిజలోచన కావు నీమనో
హర నరకారి శ్రీయదుకులాంబుధిపూర్ణశశాంక దేవకీ
వరసుకుమార భక్తజనవత్సల కృష్ణ త్రిలోకసన్నుతా! 181

వ. అని వినుతించి. 182

నాప్రాణములఁగాచి నన్నలుఫల్గునా!
నమ్మివచ్చితి నోయనాథనాథ!
యనిన మీకృపచేత నాతని మన్నించి
యభయం బొసంగితి ననఘచరిత!
పగవాఁడు శరణన్నఁ బార్థివోత్తములకు
రక్షించుట బిరుదు రమణతోడఁ

ఆ గయ్యమునను నీకుఁ గవ్వడి భయమంది
పట్టియిచ్చె గయుని బంతముడిగి
యనుచు నగరెనన్ను నదనీశు లెల్లరు
తుదను నీకుఁ దగునె? తోయజాక్ష! 183

సీ. గయుఁడు దైత్యుఁడుగాఁడు గంధర్వపతిగాని
యతనిఁజంపఁగనేల యంబుజాక్ష!
అమరగంధర్వాదు లత్యంతభక్తులు
సతతంబు నీకును జక్రహస్త!
యెఱుఁగక నీకితఁ డెగ్గొనరించిన
ఖండింపఁబాడియే కమలనాభ!
ప్రాణభయంబున పాఱివచ్చినవాని
నిగ్రహింపఁదగునె? నీరజాక్ష!

తే. అతని నిష్ఠీవనంబప్పు డా సమీర
వశతదోయిటిలోఁబడ వాని నీవు
సమయఁజూచుట యిదియెంత సాహసంబు
కరుణతో గయుఁగావుము పరమపురుష! 184

గజరాజరక్షక కమలా మనోహాం
యమరేంద్ర సన్నుత యమితశౌర్య
నీప్రాపుచేతనే నెమ్మది నుంటిమి
పాండుభూపాలుని పదములాన
నీతోడ పోరఁగ నేనెంతవాఁడను
నీమేలు మఱువము నీరజాక్ష
తే. మనవి వినవయ్య యదునాథ మధువిరోధి
మచ్చరంబేల గయుమీఁద మదనజనక
వానిరక్షించి నాకీర్తి వసుధయందు
వెలయఁజేయుము శ్రీకృష్ణ విమలచరిత! 185

వ. అనిన వాసవసూనునకు వసుదేవసూనుం డిట్లనియె. 186

క. ఈనేర్పును నీవినయము
నీనయగారంపుఁబల్కు లీబూటకముల్
మానుము గయునీయిక నినుఁ
బోనియ్యం బాండుతనయ పోకార్తుఁజుమీ! 187

క. చుట్టమ వని చూడను నీకుఁ
జట్టులువాపెదనునిన్ను శరజాలములన్
ఇట్టట్టు పోవనియ్యను
గట్టితనం బద్దిచూతుఁ గయ్యములోనన్ 188

వ. అనిన వాసవాత్మజుండు క్రోధియై యప్పుడు. 189

భటసమూహంబు లట్టిటులు పోనియక
కూలఁగా నేసెను గుంతములను
దురగసంఘంబులఁ దునియలుగాఁ జేసె
ఘనయోధవరుల చీకాకుపఱచె
మొత్తమై యాదవ మూఁక లేతెంచిన
నందఱ నణఁగించె నాక్షణంబ

తే. ప్రళయకాలాగ్ని వడువునఁ బ్రజ్వరిల్లి
చండకాండగణంబులఁ జక్రధరుని
సేనసమయంగఁ జేసెను జెలఁగిచెలఁగి
శక్రసూనుండు మిక్కిలి చలముపూని. 190

సీ. పదియాఱుతూపులఁ బద్మనేత్రాగ్రజు
నిరువదియమ్ముల మరుని గురుని
సాయకవింశతి సాంబాభిధేయుని
బంచబాణుని బాణ పంచకమున
భాసురాస్త్రంబున భానుబద్ధాహ్వయు
భాసాఖ్యు నవతారబాణములను
ఇరువదియమ్ములఁ బరువడిఁ గృతవర్మ
ననిరుద్ధుని బదాఱు ఘనశరముల

తే. ముప్పదింటను శ్రుతదేవుఁ బుష్కరాహ్వ
సాయకత్రితయమ్మున సాత్యకినిని
నణఁచితక్కిన సైన్యనాయకులఁ దఱిమి
వేయ హరిసేనలురికెను విజయుఁ జూచి. 191

శౌరియొకఁడు దక్క శార్ఙ్గిదళములెల్ల
మూర్ఛచెందిపడియె భూమియందు 192

క. నరుచేతి విల్లుబాణము
మురహరుఁడొక శరముచేత తుత్తునియలుగా
ధరఁబడ నేసినఁ బార్థుఁడు
మఱియొకవింటనుశరంబు మాధవునేసెన్. 193

క. మురహరుఁ డప్పుడు శార్ఙ్గము
సరగున నెక్కించి భీమసాయకములచే
నరునురము గాడ నేసినఁ
బొరిపారిగాఁ జేసెవాని భూరిశరములన్. 194

ఆ. సవ్యసాచియేచి సక్రోధచిత్తుఁ డై
కంసవైరిమేన ఘనశరముల
నాటనేయవాని నలినలిగాఁజేసె
గోపికావిభుండు కోపమునను. 195

సీ. హరియంధకారాస్త్ర మర్జునునిపై నేసె
నతఁడేసె సూర్యదైవతశరంబు
జక్రాయుధుండేసె సర్పబాణంబును
గవ్వడిపై చెను గరుడశరముఁ
బర్వతభల్లంబు పద్మాక్షుఁ డేసెను
గులిశాయుధంబేసె గుంతికొడుకు

ఆ. మేఘబాణ మపుడు మేఘవర్ణుం డస
ననిలబాణమేసె నర్జునుండు
శౌరియు సురరాజ చక్రంబునేసిన
విశిఖమునను దునిమె వేగమునను 196

తే. చక్రహస్తుఁడు భీకర శక్తిఁబూని
సురలు భీతిల్లవాసవ సుతునిమీఁద
వైవ నాతఁ డుగ్రుండయి వాడిచండ
కాండములదానిఁ దునుకలుగాఁగ నేసె. 197

మ. బలభద్రానుజుఁడప్పు డాగ్రహమునన్ బ్రహ్మాస్త్రమున్ వై
చినన్, బలభిత్సూనుఁడు దానినేయనవియుం బైపైని
బోరాడఁగాఁ, గలగంబాఱెను వార్ధులున్వసుధయున్ గం
పించె నక్షత్రముల్, ఇలపై రాలెను మార్గము ల్దొలగిరా
యేణాంక మార్తాండులున్. 198

వ. అప్పుడు. 199

ఆ. ఏపుమీఱి యీతఁ డెదురాని యున్నాడు
దర్పమణఁచివైతు ధరణిననుచుఁ
జేరికృష్ణుఁ డపుడు నారాయణాస్త్రంబు
వింటనమర నునిచి విజయుఁజూచి. 200

సీ. పాశుపతానేక భాసురాస్త్రంబులు
త్రిపురారిచేతను దెచ్చినావు
దిక్పాలకులునీకు దివ్యబాణంబుల
నిచ్చిరి మెండుగా నెలమితోడఁ

నీధైర్యమహిమంబు నీశౌర్యమహిమంబు
నీయస్త్రనిపుణత నేఁడుగోరి
తే. దనరనియ్యను దీనికిఁ దలఁగవేని
నీదు పౌరుషమణఁగును నిజముదీన
ననుచు వైష్ణవసాయక మాక్షణంబె
వెన్నుఁడేసెను గ్రోధియై విజయుమీఁద. 201

వ ఆసమయంబున. 202

సీ. మార్తాండచంద్రులు మార్గముల్ దప్పిర
ఫక్కునబగిలెను దిక్కులెల్లఁ
దల్లడంబందెను ధాత్రీతలంబెల్ల
గోత్రబృందంబులు కుదురుదప్పె
విస్మయంబందెను విబుధసమూహంబు
శేషాహిభయముచే శిరమువంచె
పాథోధులన్నియుఁ బరగంగనింకెను
దారకావ్రాతంబు ధరణిఁ సల్లె
తే. శరశిఖామణి వైష్ణవసాయకంబు
దివ్యకాంతులచేతను దేజరిల్లి
వచ్చు నారాయణాస్త్రంబు వడిసఁజూచి
భయముఁ జెందకనిల్చెను ఫల్గుణుండు. 203

వ. ఆసమయంబున. 204

మంత్రముచ్చరించి మదను చేఁబూనియు
మదనదర్పహరుని మదిఁదలంచి. 205

సీ. శమనతనూజుని సత్యంబు నిజమేని
ధర్మమేయెడలను దప్పనేని
కుంతీమహాదేవి గురుపతివ్రతయేని
యామ్నాయసమితి తథ్యంబయేని
ఈమహాశరమున కెదురగుచును జనుఁ
గాక యనుచు నేసె ఘనతమీఱ
నినకోటితేజమై యెలమితోడుతవచ్చు
పరమాత్ముబాణంబు పైనిగవిసి
తే. బెనఁగె నస్త్రద్వయంబును బెల్లుగాను
గెలుపు నోటములును లేక చెలఁగిచెలఁగి
దంతిదంతియు హరిహరి దాఁకినట్లు
చక్రినరుశరములుబోరె సమరమునను. 206

వ. తదనంతరం బాహృషీకేశుండు గుడాకేశున కిట్లనియె.

తే. భళిర! మేల్మేలుఘనుఁడవు ప్రథనమునను
శస్త్రకుశలత్వమునకును జాణవేను
తఱచు నీకిష్టదైవంబు తనరుననుచు
రాక్షసాంతకుఁ డుగ్రుఁడై రమణఁబలికె. 208

ఉ. నాకముఁజొచ్చినం త్రిదశనాథుఁ డతండునువచ్చి కాచినన్
భీకరమూర్తియా శివుఁడు పెక్కువిధంబుల నిన్నుఁ బ్రోచినన్

త. చక్రధారకుఁ బ్రాణముల్ సరవితోడ
నిచ్చెదో గయునిచ్చెదో యిప్పుడనుచుఁ
బ్రళయమార్తాండబింబంబు పగిదినొప్పు
చారుచక్రంబుఁ జేబూనెఁ జక్రధరుఁడు. 210

వ. ఆసమయంబున. 211

ఆ. మూఁడుకన్నులయ్య ముఖముతో నిచ్చిన
ప్రళయకాలభూరిభయదవహ్ని
చటులకాంతిజాల సంయుక్తమగునట్టి
పాశుపతముఁబూనె ఫల్గుణుండు. 212

వ. ఆసమయంబున సదాశివుండు దయారసభరితుండై యమ్మ
హానుభావులకదనంబు నివారింపం దలంచి జగత్ప్రాణాపహా
రణాగ్రవేయుండును, కైలాసకూటధాముండును, వ్యాఘ్ర
చర్మచీనాంబరావృతుండును, బద్మమిత్రరాకేందువహ్ని
నేత్రుండును, జారుభసితసాంద్రలిప్తగాత్రుండును, భాసుర
రాకేందుసమానపంచవదనుండును, దపనీయనిర్మలారుణ
జటామకుటుండునై చనుదెంచి యానరనారాయణుల
నడుమనిలిచి పుండరీకాక్షుముఖారవిందంబు వీక్షించి యి
ట్లనియె 213

ఆ. కోపమేలనయ్య గోపాలవల్లభ!
ప్రాణసఖుఁడు నీకు ఫల్గుణుండు

ఆ. కలగ నోక తనికు గారాబుచెల్లెలు
మనసుభద్ర చాల మదినిఁగుందుఁ
గాన మేలు లేదు కవ్వడినొచ్చిన
నీకుఁ దెలియనట్టి నీతిగలదె? 215

సీ. అఖిలలోకాధీశ యంభోజదళనేత్ర
బ్రహ్మేంద్రవందిత పరమపురుష
భువనముల్ పుట్టింప ముదముగో రక్షింప
నణఁగింపఁజాలుదు వనఘచరిత
నీమాయ దెలియంగ నేర రెవ్వారును
భావింపఁగాఁ బరబ్రహ్మ మీవు
భూభారమణఁగింపఁ బుట్టినా రిలలోన
నిరువురీ మీరిట్టు లెలమితోడ

తే. నీవు నేనను భేదంబు నెన్న లేదు
సమము మనకెంచి చూడఁగ సవ్యసాచి
యతని విక్రమప్రతినల కలరి మనము
మెచ్చుకుండుట ధర్మమే మేఘవర్ణ. 216

వ. అని యనేకవిధంబుల వృషభధ్వజుండు గరుడధ్వజునకు
మనోహరంబుగాఁ దెలియంజెప్పి తన భక్తుండైన కపిధ్వజు
నత్యాదరంబున చేరంబిలిచిన నతిభక్తితో నిఖిలామ
రేంద్రాదిలసన్మస్తక స్వర్ణకిరీటసంఘటితరత్నకాంతిశోభిత
పాదారవిందోపరిస్థిత మస్తకుండై లేచి కరకమలంబులు
మొగిడ్చి యిట్లనియె. 217

జయ [illegible] జయవృషభధ్వజ
జయరవిశశినేత్ర చంద్రమౌళి
జయకరుణానిధీ జయసత్యసంచార
జయసురశేఖర సత్యనిత్య
జయనాగకేయూర జయభస్మలిప్తాంగ
జయదివ్యచారిత్ర శౌరిసఖ్య

తే. భక్తకల్మషసంహార పరమపురుష
నిన్ను వర్ణింపశక్యమే నిగమవేద్య
యనుచు వినుతింప విజయు నత్యాదరమున
కనుఁగొనుచుఁ బల్కె నీశుఁడు గౌరవమున. 218

క వారిజనాభుఁడు మేమును
శూరుఁడవని మెచ్చినాము సురపతితనయా
కోరిన వరమడుగుమనన్
గౌరీవల్లభున కనియెఁ గవ్వడి నతుఁడై. 219

తే. పెక్కువరముల నేనొల్ల భీతుఁడైన
గయునిఁ గాంచుటవరమింతె గరళకంఠ!
యనిన సూనాస్త్రసంహారి హర్షమునను
హరికి శరణంబుచొరుమన్న నర్జునుండు. 220

ఆ. అమరరాజతనయుఁ డమ్ములపొదిలోన
దాఁచియున్న గయుని దక్షిణంబ
వెడలి దిగిచి తెచ్చి వేవేగ మ్రొక్కించె
శౌరిపాదములకు సమ్మదమున. 221

ననిన రాధామనోహరుం డభవుఁ డనుపఁ
బార్థునీక్షించి సంతోషభరితుఁ డగుచు 222

సీ. రుక్మిణీకుచముల రుజువుగాఁజెక్కిళ్ల
ముదముతోఁ గస్తూరి బూసినట్టి
సత్యభామకురులు సముదంబుగా దువ్వి
సూనముల్ జడనిండఁ జుట్టినట్టి
రాధాశిరోమణీ రాకేందుముఖమునఁ
దిన్నగాఁ దిలకంబుఁ దీర్చినట్టి
మిత్రవిందాదేవి మేన నిండారఁగాఁ
జెలరేఁగి మలయజం బలఁదినట్టి

తే. విమలకరమును గంధర్వ విభునిపారి
జాతకుసుమవాసనలచేఁ జాలనొప్పు
శిరముపైనుంచి మదనారి సురలుమెచ్చ
"నమ్ము గయ! నిన్ను గాచితి నరునిఁజూచి." 223

ఆ "[illegible]ల్లియట్లె నీవు దోర్బలశక్తిచే
నెల్లసురలు మెచ్చ నెలమితోడ
ఘనుఁడవై మెలంగు గంధర్వసమితితోఁ
జాలకాలముండు లీలగాఁగ." 224

క అని కృష్ణుఁ డభయమిచ్చిన
మనమున సంతోషమంది మాధవుపదముల్
దనకనులనద్దుకొనుచున్
ఘనమతి నాగయుఁడు లేచెఁ గలకల నగుచున్. 252

[illegible]
లప్పార్థుని సత్యమనుచు నతిమోదమునన్. 226

తే. చిత్తజారాతిసంతోష చిత్తుఁ డగుచు
నింద్రనందనుఁ గనుఁగొని యింకనీవు
వరమొకటికోరు మన్నను హరునిపాద
జలరుహంబులకును మ్రొక్కి పలికెనపుడు. 227

క. గిరితనయా వల్లభ! మీ
వరమునకుఁ దగినఘనుఁడు పాండుసుతాగ్రే
సరుఁ డున్న వాఁడు కోరఁగ
నిరుపమకరుణాసముద్ర! నిర్మలగాత్రా! 228

చ. హిమగిరికన్యకారమణుఁ డిందుకళాధరుఁ డార్తపోషకుం
డమరహిరణ్యగర్భనుతుఁ డంగజదర్పహరుండు పావనుం
డమితకృపాసముద్రుఁడు కృతాంతకుమారునిఁ జూడనప్పుడా
శమనతనూభవుండు మదిసంతసమందుచు మ్రొక్కె భక్తితోన్.

చ. శరణుమహేశ యీశ భవ పారసవైరికిరీటశేఖరా,
సురగిరిచాప విష్ణుశర సూనశరారి లసద్వియన్నదీ, ధరని
గమాంతవేద్య హర దైత్యమదేభ మృగేంద్రరూపహో
పరమకృపానిధీ విలయ భాస్కరరాజకృశానులోచనా. 230

వ. అని యనేకప్రకారంబులు స్తుతియించిన గంగాధరుండు
ప్రమోదస్వాంతుఁడై పాండుకుమారాగ్రణి కధికమోదం
బున ని ట్లనియె. 231

సమరక్షోణిని నీల్గినట్టినరులన్ సప్రాణులంజేయవే! 232

క. ఇంతకన్న పరము లేనొల్ల మిక్కిలి
యవనిఁగూలినట్టి యఖిలబలము
బ్రతుకఁజూడరయ్య పద్మాక్షశంకర
యనిన నుభయబలము లాక్షణంబె 233

తే. నిద్రమేల్కొన్న విధమున నిఖిలభటులు
వచ్చినిల్వఁగ తమతమ వాహనములఁ
జూచి ధర్మతనూజుండు చోద్యమంది
నీరజాక్షుఁడౌ హరిచెంత నిలిచియుండె 234

వ. అప్పుడు. 235

ఆ. జంభభేదిసుతుఁడు జలజాక్షు శ్రీపాద
పద్మములకు నెంతొ భక్తితోడ
సాగిమ్రొక్కియప్డె సరవితోడుత లేచి
సన్నుతించె మిగుల సరసముగను 236

సీ. అచలాంబుజాత వేదానలగగనముల్
తరణినిశాకర తారకములు
గోత్రంబు దిక్కులు గోధ్వజపరమేష్ఠి
పాకశాసన మరుత్పాదపములు
జలనిధుల్ నదులును సకలలోకంబులు
సవనగుల్ వేదాళిశాస్త్రములును

www.ingramcontent.com/pod-product-compliance
Lightning Source LLC
LaVergne TN
LVHW080004230825
819400LV00036B/1230
* 9 7 8 1 1 7 8 7 3 1 1 5 6 *